INSIGHT PUBLICA®

Nadakkave, Kozhikode, Kerala
Tel:0495–4020666
www.insightpublica.com
e-mail: insightpublica@gmail.com
Rannamaari
Maladweep Anubhavangalude Pusthakam
(Malayalam)
Rajesh Karippal
First Edition : May 2017
This Edition: November 2023

ISBN 978-93-85899-90-4
Published by
InsightinPublica Printers & Publishers Pvt Ltd.

₹219

റണ്ണമാരി:

മാലദ്വീപ് അനുഭവങ്ങളുടെ പുസ്തകം

രാജേഷ് കരിപ്പാൽ

1974 ൽ കണ്ണൂർ ജില്ലയിലെ കരിപ്പാലിൽ ജനിച്ചു. അച്ഛൻ കെ. കെ. ചാത്തുക്കുട്ടി, അമ്മ കെ. ഭാർഗ്ഗവി.

കരിപ്പാൽ എസ്. വി. യു. പി. സ്കൂൾ, പെരുമ്പടവ് ബി. വി. ജെ. എം ഹൈസ്ക്കൂൾ, തളിപ്പറമ്പ് സർ സയ്യദ് കോളേജ്, പയ്യന്നൂർ കോളേജ്, കാലിക്കറ്റ് യൂണിവേഴ്സിറ്റി കാമ്പസ് എന്നിവിടങ്ങളിൽ വിദ്യാഭ്യാസം. മാലദ്വീപ്, അബുദാബി, ഫുജൈറ എന്നിവിടങ്ങളിൽ അദ്ധ്യാപകനായി ജോലി ചെയ്തിട്ടുണ്ട്. ഇപ്പോൾ രാവണീശ്വരം ഗവ: ഹയർ സെക്കൻഡറി സ്ക്കൂളിൽ ഹയർ സെക്കണ്ടറി വിഭാഗത്തിൽ ഇംഗ്ലീഷ് അദ്ധ്യാപകൻ. താമസം കാഞ്ഞങ്ങാട് മാവുങ്കാലിൽ. 'പ്രൊഫൈൽ പിക്ചർ' (റാസ്ബെറി ബുക്സ്, കോഴിക്കോട്) എന്ന കവിതാസമാഹാരം പ്രസിദ്ധീകരിച്ചിട്ടുണ്ട്.

ഭാര്യ സ്മിത. എൻ, മകൾ നന്ദന. ആർ, മകൻ അഭിനവ് ആർ.

വിലാസം :
നന്ദനം, മാവുങ്കാൽ,
ആനന്ദാശ്രമം പി. ഒ, കാഞ്ഞങ്ങാട്
കാസറഗോഡ് -671351
Email: karippalrajesh@gmail. com

രാജേഷ് കരിപ്പാൽ

This book is dedicated to my father-in-law
Late N. Gangadhara Das

" The Cultural History of the Maldives is more complicated than has been thought and beneath the Arab and Sinhala Stratum there is a Tamil-Malayalm stratum, in addition to other early cultural influences in parts of the country. "-

Prof. Clarence Maloney, 'People of the Maldive Islands'.

ആമുഖം

2001 മുതൽ 2006 വരെ മാലദ്വീപിലെ അഡ്ഡു അറ്റോളിൽ, ഹിതദു ദ്വീപിൽ, ഇംഗ്ളീഷ് അദ്ധ്യാപകനായി ഞാൻ ജോലി ചെയ്തിട്ടുണ്ട്. മുഹിബുദ്ദീൻ സ്കൂളിലായിരുന്നു ജോലി. ആ കാലഘട്ടങ്ങളിൽ കണ്ടും കേട്ടും, വായിച്ചും, അനുഭവിച്ചും അറിഞ്ഞ കാര്യങ്ങൾ മുതൽ, പിൽക്കാലത്ത് ദ്വീപുകളിലുണ്ടായ വർത്തമാനങ്ങൾ വരെ ഇവിടെ കോറിയിടാൻ ശ്രമിക്കുന്നുണ്ട്.

നേരിട്ടു കണ്ട വ്യക്തികളുടെ പേരുകൾ മാറ്റിയിട്ടുണ്ട്. പഴയ കാലത്തെ കുറിച്ചെഴുതുമ്പോൾ ആശ്രയിക്കാൻ യാതൊരു രേഖകളുമില്ലാത്തതിനാൽ അവ ഫിക്ഷൻ ആയി മാറിയിട്ടുണ്ട്. അങ്ങനെ അനുഭവവും ആഖ്യാനവും ഇഴചേർന്ന് ജനുസ്സേതെന്ന് നിർണ്ണയിക്കാനാവാത്ത വിധം കുഴമറിഞ്ഞ ഒരു പുസ്തകമായി ചിലഭാഗങ്ങളിൽ ഇത് മാറുന്നുണ്ട്.

ചില സംഭവങ്ങളെക്കുറിച്ച് എഴുതാൻ പത്രമാസികകളുടെ ആർക്കൈവുകൾ പരതിയിട്ടുണ്ട്. ദ്വീപിൽ ജീവിച്ചപ്പോൾ ഞാനെഴുതി വച്ച കുറിപ്പുകൾ പതിനാറു വർഷങ്ങൾക്കിപ്പുറം ഇപ്പോഴും എന്റെ കൈയിൽ'ദ്രം.

ദ്വീപിൽ നിന്നും ഏറെക്കുറെ നല്ല അനുഭവങ്ങൾ മാത്രമുണ്ടായിട്ടുള്ള ഒരാളുടെ കുറിപ്പുകളാണിവ. മറിച്ചുള്ള അനുഭവങ്ങൾ സമീപകാലത്ത് നാം വായിച്ചിട്ടുമുണ്ട്. ഓരോ ദ്വീപും ഓരോ രാജ്യം പോലെ ചിതറിക്കിടക്കുന്ന മാലദ്വീപ സമൂഹത്തിൽ തെക്കൻ അറ്റോളായ അഡ്ഡുവിൽനിന്നു മാത്രമുള്ള കാഴ്ച്ചകളാണിതെന്ന പരിമിതി ഈ പുസ്തകത്തിനുണ്ട്.

'റണ്ണമാരി' കടൽ ജിന്നിനെക്കുറിച്ചുള്ള ഒരു മിത്താണ് ; ദ്വീപ് ഇസ്ലാം മതം സ്വീകരിക്കാനിടയായ കഥ. എന്നാൽ റണ്ണമാരി എന്ന കടൽ പിശാച് പല രൂപങ്ങളിൽ, ജനാധിപത്യ ധ്വംസനങ്ങളായും ചൂഷണങ്ങളായും ഇന്നും ദ്വീപിൽ പുലരുന്നുണ്ട്. അതുകൊണ്ടാണ് റണ്ണമാരി എന്ന പദം ഈ പുസ്തകത്തിന്റെ തലക്കെട്ടായത്.

രാജേഷ് കരിപ്പാൽ
കാഞ്ഞങ്ങാട്

ഉള്ളടക്കം

ഭാഗം ഒന്ന്

ഭാഗം രണ്ട്

ഭാഗം മൂന്ന്

പ്രവേശിക

ഇന്ത്യൻ മഹാസമുദ്രത്തിൽ ഇന്ത്യക്കും ശ്രീലങ്കയ്ക്കും തെക്കുപടിഞ്ഞാറായി, മാലപോലെ, 99% കടലും വെറും 1% കരയുമായി, 26 അറ്റോളുകളിലായി, 298 കിലോമീറ്ററിൽ 1190 ദ്വീപുകൾ ഉള്ള ഒരു ദ്വീപസമൂഹമാണ് മാലദ്വീപ്. ഇതിൽ 187 ദ്വീപുകളിൽ മാത്രമേ ജനവാസമുള്ളൂ. വെള്ളത്തിനടിയിലുള്ള ഒരു പർവ്വതത്തിന്റെ അഗ്രഭാഗത്തായാണ് മാലദ്വീപിന്റെ സ്ഥാനം. എല്ലാ ദ്വീപുകളെയും സംരക്ഷിക്കുന്നത് ചുറ്റുമുള്ള പ്രകൃതിദത്തമായ പവിഴപുറ്റു (കോറൽ റീഫ്)കളാണ്. ദ്വീപുകളെ ചുറ്റി മനോഹരമായ കണ്ണാടി ലഗൂണുകൾ സ്ഥിതി ചെയ്യുന്നു. ടൂറിസവും മത്സ്യബന്ധനവും മുഖ്യവരുമാന മാർഗ്ഗമായ ദ്വീപുകളിൽ 106 റിസോർട്ടുകളുണ്ട്.

ഭരണ സൗകര്യത്തിനായി മാലദ്വീപിനെ 20 അറ്റോളുകളായി തിരിച്ചിട്ടുണ്ട്. (അത്തോളു എന്ന ദിവേഹി വാക്കിൽ നിന്നാണ് അറ്റോൾ എന്ന ഇംഗ്ലീഷ് വാക്കുണ്ടായത്) വടക്ക് ഹാ ആലിഫു അറ്റോളിൽ തുടങ്ങി തെക്ക് അഡ്ഡുവിൽ അവസാനിക്കുന്നു, ഈ സംഘാതം. ഹാ ആലിഫു അറ്റോൾ, ഹാ ദാലു അറ്റോൾ, ഷാവിയാനി അറ്റോൾ, നൂനു അറ്റോൾ, റാ അറ്റോൾ, ബാ അറ്റോൾ, ലാവിയാനി അറ്റോൾ, കാഫു അറ്റോൾ, അലിഫുഅലിഫു അറ്റോൾ, അലിഫു ദാലു അറ്റോൾ, വാവു അറ്റോൾ, മീമു അറ്റോൾ, ഫാഫു അറ്റോൾ, ദാലു അറ്റോൾ, ഗാഫു അറ്റോൾ, ഗാഫുദാലു അറ്റോൾ, നാവിയാനി അറ്റോൾ, അഡ്ഡു(സീനു) അറ്റോൾ എന്നിവയാണ് ഈ അറ്റോളുകൾ. മോതിരാകൃതിയിൽ, പവിഴപുറ്റുക

ളാൽ(കോറൽ) നിർമ്മിക്കപ്പെട്ട, നടുക്ക് കടൽ വെള്ളത്തടാകമുള്ള (ലഗൂൺ)ദ്വീപ് എന്നാണ് അറ്റോൾ എന്ന വാക്കിന്റെ അർത്ഥം.

ദിവേഹിയാണ് മാലദ്വീപിലെ ഭാഷ. ഇന്തോ-ആര്യൻഭാഷാ കുടുംബത്തിൽപ്പെടുന്ന ദിവേഹി സിൻഹള, മലയാളം, അറബി തുടങ്ങിയഭാഷകളാൽ സ്വാധീനിക്കപ്പെട്ടിട്ടുണ്ട്. വലത്തുനിന്നും ഇടത്തേക്ക് എഴുതുന്ന ദിവേഹിഭാഷയുടെ ലിപി'താണ'യാണ്. 800 ഓളം വർഷം പഴക്കമുണ്ടെന്ന് കരുതുന്ന ഈ ലിപിക്ക് പുറമേ, പതിനെട്ടാം നൂറ്റാണ്ടുവരെ, ദിവെസ് അകുറു എന്ന ലിപിയും എഴുത്തിനായി ഉപയോഗിച്ചിരുന്നു. തെക്ക് അഡ്ഡു അറ്റോളിൽ സംസാരിക്കുന്ന ദിവേഹി വടക്കൻ അറ്റോളുകളിലെ സംസാരഭാഷയിൽ നിന്നും വ്യത്യസ്തമാണ്. ലക്ഷദ്വീപിന്റെ ഭാഗമായ മിനിക്കോയിലെയും ഭാഷ ദിവേഹിയാണ്.

3, 93, 500 (മൂന്ന് ലക്ഷത്തി തൊണ്ണൂറ്റി മൂവായിരത്തി അഞ്ഞൂറ്) ആണ് മാലദ്വീപിലെ ജനസംഖ്യ. അറുപതിനായിരത്തോളം വിദേശികളും ഇവിടെ താമസിക്കുന്നു. സിംഹളർ, ഗുജറാത്തികൾ, അറബികൾ, മലയ് വംശജർ, വടക്കൻ ആഫ്രിക്കക്കാർ, തമിഴർ, മലയാളികൾ തുടങ്ങിയവരുടെ സങ്കലനമാണ് ദ്വീപുജനത. 100% സുന്നിമുസ്ലീങ്ങളാണ് മാലദ്വീപിലുള്ളത്. എ. ഡി 1153 ൽ ഇസ്ലാം മതത്തിലേക്കുള്ള പരിവർത്തനത്തിനുമുമ്പ് ദ്വീപിൽ ബുദ്ധമതവും, അതിനും മുമ്പ് സൂര്യനെ ആരാധിക്കുന്നവരുമുണ്ടായിരുന്നു.

1970 കളിൽ ടൂറിസത്തിന്റെ വരവോടുകൂടിയാണ് ദ്വീപുകൾ ആധുനികവൽക്കരിക്കപ്പെടുന്നത്. റുഫിയ ആണ് മാലദ്വീപിലെ കറൻസി; നാണയം ലാറി. ഒരു റുഫിയ 4. 44 രൂപയ്ക്ക് തുല്ല്യമാണ്. ആദ്യകാലങ്ങളിൽ കക്കകൾ നാണയങ്ങളായി ഉപയോഗിച്ചിരുന്ന ദ്വീപിൽ 1948 സെപതംബർ 5 നാണ് ആധുനികരീതിയിലുള്ള ബാങ്ക് നോട്ടുകൾ പ്രാബല്ല്യത്തിൽ വന്നത്.

'പീപ്പിൾസ്മജ്‌ലിസ്' ആണ് മാലദ്വീപിലെ നിയമനിർമ്മാണ സഭ. ജനാധിപത്യം ഇന്നും ദ്വീപസമൂഹത്തിന് അന്യമാണ്. 2008 ആഗസ്ത് 7ന് അംഗീകരിച്ച പുതിയ ഭരണഘടനപ്രകാരം പ്രാദേശിക ഭരണസംവിധാനം നിലവിൽ വന്നു.

അധികാരവികേന്ദ്രീകരണത്തിന്റെഭാഗമായി അറ്റോളുകളും ജനവാസമുള്ള ദ്വീപുകളും ഭരിക്കുക പ്രാദേശികമായി തിരഞ്ഞെടുക്കപ്പെട്ട കൗൺസിലാണ്. ലോക്കൽ ഗവൺമെന്റ് അതോറിറ്റി ഈ കൗൺസിലുകളുടെ മേൽനോട്ടം നിർവഹിക്കുന്നു. ഇപ്പോൾ മാലദ്വീപിൽ രണ്ടു നഗരങ്ങളാണുള്ളത്-അഡ്ഡുസിറ്റിയും, മാലെ

സിറ്റിയും. സിറ്റി കൗൺസിലാണ് ഇവയെ ഭരിക്കുന്നത്. രണ്ടിന്റെയും തലപ്പത്ത് തിരഞ്ഞെടുക്കപ്പെട്ട മേയർമാരുണ്ട്.

വെള്ളത്തിനടിയിലെ സ്വർഗ്ഗം തേടി 'സ്കൂബാഡൈവിംഗിനും', 'സ്നോർകെല്ലിംഗി'നും നിരവധി പേർ മാലദ്വീപിൽ എത്തുന്നുണ്ട്. കടലിനടിയിലെ പവിഴപുറ്റുകളുടെ ചേതോഹരമായ പൂന്തോട്ടം മാലദ്വീപിന്റെ മാത്രം പ്രത്യേകതയാണ്. റീഫുകളിൽ പലനിറത്തിലുള്ള വ്യത്യസ്തമീനുകൾ വർണ്ണക്കാഴ്ച്ചയൊരുക്കുന്നു. പല വിധത്തിലുള്ള കടൽപക്ഷികളും ഇവിടെയുണ്ട്. പ്രകാശമാനമായ ജീവിതകാഴ്ച്ചകളാണ് ദ്വീപസമൂഹത്തിലുള്ളത് എന്ന ഔദ്യോഗികഭാഷ്യത്തിനപ്പുറം ഇരുളടഞ്ഞ സാമൂഹ്യവ്യവസ്ഥകളെയും അനാവരണം ചെയ്യാനുള്ള ശ്രമമാണ് ഈ പുസ്തകം. 1982 മുതൽ കോമൺ വെൽത്തിൽ അംഗമായിരുന്ന മാലദ്വീപ്, ജനാധിപത്യ ധ്വംസനത്തിന് ദ്വീപുകളെ നിരന്തരം കുറ്റപ്പെടുത്തുന്നതിനാൽ 2016 ഒക്ടോബറിൽ കോമൺവെൽത്തിൽനിന്നും പിൻമാറിക്കഴിഞ്ഞു. ജനാധിപത്യത്തിന്റെ കാറ്റും വെളിച്ചവും കടക്കുന്ന സുതാര്യമായ ഒരു ഭരണവ്യവസ്ഥയ്ക്ക് മാത്രമേ മാലദ്വീപിനെ ഇനി മുന്നോട്ട് നയിക്കാനാവൂ.

ഭാഗം ഒന്ന്

ഭൂപടത്തിൽ ഇല്ലാത്ത രാജ്യം

മാവുള്ളപൊയിലിലെ അമ്മവീട്ടിന്റെ ഇറയത്ത് കുഞ്ഞമ്മാവന്റെ മുറിയുടെ പുറംചുമരിൽ ഒട്ടിച്ചിരുന്ന ശിവകാശിയിൽ അച്ചടിച്ച ലോകത്തിന്റെ ഭൂപടത്തിൽ നാലുകണ്ണുകൾ തലങ്ങും വിലങ്ങും പരതിയിട്ടും ആ ദ്വീപസമൂഹം അജ്ഞാതമായിതന്നെ നിലകൊണ്ടു. അമ്മാവന്റെ മക്കൾ കൊളംബസും അമരിഗോവെസ്പുസിയുമായി. നീലയടിച്ച കാർട്ടോഗ്രാഫിക് സമുദ്രത്തിലൂടെ അവരുടെ കണ്ണുകൾ മുന്നോട്ടും പിന്നോട്ടും തുഴഞ്ഞുചെന്നു. ഇന്ത്യൻ മഹാസമുദ്രത്തിൽ ആ നക്ഷത്രപ്പൊട്ടുകൾ കണ്ടെത്താനാവാതെ അവർ കുഴഞ്ഞു. കുട്ടികളിൽ മുതിർന്നവൻ രാത്രിയുടെ സ്വച്ഛാകാശത്തിൽ സപ്തർഷികളെ കണ്ടെത്തിയതു പോലെ താൻ ഈ ദ്വീപുകളെയും കണ്ടെത്തുമെന്ന് പ്രഖ്യാപിച്ചു. ഒടുവിൽ തോറ്റ് തുന്നംപാടി പിന്തിരിയുമ്പോൾ അജ്ഞാത സമുദ്രത്തിലൂടെ ഉഴറി നടന്ന ഒരു പര്യവേഷണ സംഘത്തിന്റെ നൈരാശ്യം അവരുടെ മുഖത്ത് പ്രകടമായിരുന്നു. തുടർന്ന് എന്നോടായി അവർ ഇങ്ങനെ പ്രഖ്യാപിച്ചു: 'ഏട്ടൻ പോകുന്നത് ഭൂപടത്തിൽ ഇല്ലാത്ത ഒരു രാജ്യത്തിലേക്കാണ്.'

ചെന്നൈയിലെ 'അരുണാ ഇന്നിൽ' നടന്ന കൂടിക്കാഴ്ച്ചയുടെ അടിസ്ഥാനത്തിൽ ഇംഗ്ലീഷ് അദ്ധ്യാപകനായാണ് ഞാൻ മാലദ്വീപിലേക്ക് പോകാൻ തയ്യാറെടുക്കുന്നത്. ഇംഗ്ലീഷ്ഭാഷയും സാഹിത്യവും പഠിപ്പിക്കാൻ തയ്യാറാണെന്നറിയിച്ചപ്പോൾ ദ്വീപിന്റെ വിദ്യാഭ്യാസ ഡയറക്ടർ തെക്ക് അഡ്ഡു അറ്റോൾ സ്വദേശി അൻവർ ചോദിച്ചത് തോമസ് ഹാർഡിയുടെ നോവലുകൾ വായിച്ചിട്ടുണ്ടോ എന്നാണ്. ഉണ്ട് എന്നുത്തരം. എങ്കിൽ 'ടെസ്സി'നെക്കുറിച്ച് പറയൂ എന്നായി അൻവർ. വിധിയുടെ കയ്യിലെ കളിപ്പാവ

യായ ടെസ്റ്റ്. സഹനത്തിന്റെ സ്ത്രീ രൂപം. കാർഷികവൃത്തിയുടെ നന്മയും വ്യവസായവൽക്കരണത്തിന്റെ തിന്മയും മുഖാമുഖം നിൽക്കുന്ന നോവൽ. പുരുഷൻ അധികാരം കയ്യാളുന്ന ലോകത്ത് സ്ത്രീ വഞ്ചിക്കപ്പെടുകയും വലിച്ചെറിയപ്പെടുകയും ചെയ്യപ്പെടുന്നു. അൻവർ എല്ലാം സശ്രദ്ധം കേട്ടിരുന്നു.

തൊഴിൽ കരാറും ടിക്കറ്റും എത്തിയിട്ടും ഇന്ത്യൻമഹാസമുദ്രത്തിലെ അജ്ഞേയമായ അടിത്തട്ടിൽ നിന്ന് അഗ്നിപർവത സ്ഫോടനത്തിന് ശേഷം പൊന്തി മുകളിലേക്ക് വരാൻ മടിക്കുന്നതുപോലെ ആ ദ്വീപസമൂഹം നിഗൂഢമായി. കോഴിക്കോട് ടൂറിങ്ങ് ബുക്സ്റ്റാളിൽ നിന്നും കാർട്ടോഗ്രാഫിക് നിയമങ്ങൾ പാലിച്ച ഒരു വലിയ ഭൂപടവും വാങ്ങി പിറ്റേന്നുതന്നെ വീട്ടിലെത്തി. കുട്ടികൾ വീണ്ടും കൗതുകത്തിന്റെ പായ്കപ്പലുകളിലേറി. അതാ ഇന്ത്യൻ മഹാസമുദ്രത്തിൽ മാലപോലെ കിടക്കുന്നു കുറേ നക്ഷത്രപ്പൊട്ടുകൾ. MALDIVIAN ARCHIPELAGO എന്ന് ഇംഗ്ലീഷിൽ എഴുതിയിരിക്കുന്നു. സംശയമില്ല, ഒന്നാമത്തെ വാക്ക് രാജ്യത്തിന്റെ പേരു തന്നെ. എന്താണ് രണ്ടാമത്തെ പദത്തിന്റെ അർത്ഥം? ടി. രാമലിംഗം പിള്ളയുടെ ഇംഗ്ലീഷ്-ഇംഗ്ലീഷ്-മലയാളം നിഘണ്ടുവിൽ അവരത് കണ്ടെത്തി. 'ആർക്കിപെലാഗോ' എന്നാൽ കടലിനാൽ ചുറ്റപ്പെട്ട ദ്വീപുകളുടെ കൂട്ടം. ഇരട്ടകണ്ടെത്തലുകളിൽ അവർ ആഹ്ലാദിച്ചു. അന്ന് ഉറക്കത്തിൽ അവർ ദ്വീപുകളെ സ്വപ്നം കണ്ടു. ചുറ്റും അലറുന്ന കടൽ. നടുക്ക് പവിത്രമായ ഭൂമി. തെങ്ങിൻതോപ്പുകളുടെ സമൃദ്ധി. കുറ്റിക്കാടുകളുടെ കൂട്ടം. ശാന്തമായ ഉപ്പുതടാകത്തിൽ കുഞ്ഞുങ്ങളെപ്പോലെ നിഷ്കളങ്കരായ വർണ്ണമീനുകൾ. സ്വപ്നകാഴ്ച്ചയുടെ മായികതയിൽ അവർ ദ്വീപിന്റെ അപാരമായ ഏകാന്തതയെ മറികടന്നു.

⏭

തീവണ്ടി കൊതിക്കുന്ന ദ്വീപ്

'ഒരു ദ്വീപിൽ ജീവിക്കുന്നതിനാൽ' എന്ന വാചകത്തിന്റെ ബാക്കി പൂരിപ്പിക്കാനാണ് ഞാൻ ആവശ്യപ്പെട്ടത്. 'എനിക്ക് തീവണ്ടിയിൽ യാത്ര ചെയ്യാനാവുന്നില്ല' എന്ന് ഫാത്തിമ അനായാസമായി പൂരിപ്പിച്ചു. ദ്വീപിൽ തീവണ്ടിയില്ല. സ്കൂൾ കുട്ടികൾക്ക് യാത്ര ചെയ്യാൻ ഒരു ബസ്സുണ്ട് എന്നത് തന്നെ മഹാഭാഗ്യം. ബസ്സില്ലാത്ത, കാറില്ലാത്ത എത്രയെത്രെ ദ്വീപുകൾ. സൈക്കിൾ മാത്രമുള്ള ദ്വീപുകൾ.

സൈക്കിൾ ചവിട്ടി മുന്നോട്ട് കുതിച്ചാൽ നിങ്ങളുടെ യാത്ര ഉപ്പുകാറ്റിൽ അവസാനിക്കുന്നു. നീലക്കടലിന്റെ മാസ്മരികതയിൽ വിലയിക്കുന്നു. ലഗൂണുകൾക്കപ്പുറത്തെ അനാദിയായ ഇരമ്പങ്ങൾക്ക് കാതോർത്ത് ഉപ്പുതടാകത്തിന്റെ ശാന്തതയിൽ വിശ്രമിക്കാം. സൈക്കിൾ ചവിട്ടി മുന്നേറുമ്പോൾ തെങ്ങിൻതലപ്പുകളിൽ നിന്നും കാറ്റ് വന്നുമൂടും. സ്വച്ഛമായ വായു, മാലിന്യരഹിതമായ ഭൂമിയും ആകാശവും നമ്മളിൽ ജീവൻ നിറക്കുന്നു. ശ്വസിച്ചു മതിയാവാതെ നമ്മൾ പിന്നെയും പിന്നെയും മൂക്കുനീട്ടും. കണ്ണടയ്ക്കും. കൈകൾ വിടർത്തും. നെഞ്ച് വിടർത്തി മുന്നോട്ടായും. പ്രാണവായു ഇത്രയും സ്വാദോടെ ശ്വസിക്കാം എന്നു പറഞ്ഞാൽ നിങ്ങൾ ഒരുപക്ഷേ വിശ്വസിക്കില്ല. വായുവിന് എന്ത് സ്വാദ്, അല്ലേ?

ഫാത്തിമയുടെ സ്വപ്നങ്ങളിൽ എപ്പോഴും ഒരു തീവണ്ടിയുടെ ഇരമ്പമുണ്ട്. വെളിച്ചത്തിന്റെ അനേകം ദ്വീപുകൾ നടുക്ക് കടൽമാഞ്ഞ് ഒന്നായതുപോലെ അവളുടെ ബോധമണ്ഡലത്തിലൂടെ തീവണ്ടി ഇരമ്പിക്കൊണ്ടേയിരുന്നു. ഇരുമ്പു പാളത്തിലെ അതിന്റെ താളാത്മകതയെ അവൾ തന്റെ കൂർക്കംവലിയിൽ

ഉൾച്ചേർത്തു. വിചിത്രങ്ങളായ ഭൂപ്രകൃതിയിലൂടെ യാത്ര എന്ന ഒറ്റ വികാരത്താൽ ആവേശിക്കപ്പെട്ട് തീർത്തും നിർമമമായി അത് മുന്നേറിക്കൊണ്ടേയിരുന്നു. അവളുടെ ഇംഗ്ലീഷ് രചനകളിൽ തീവണ്ടിയാത്രകളുടെ ഭാവന നിറഞ്ഞുനിന്നു. തീവണ്ടിയാത്രകൾ പ്രമേയങ്ങളായ നോവലുകളും സിനിമകളും അവളെ ഹരം പിടിപ്പിച്ചു. മുറിയിലെ സി. ഡി. പ്ലേയർ വൈകുന്നേരങ്ങളിൽ നിന്നും രാത്രികളിലേക്ക് അവിശ്രമം ചലിച്ചു കൊണ്ടേയിരുന്നു. നാസിഭീകരതയുടെ തീവണ്ടി ഫ്രെയിമുകൾ അവൾക്ക് ചോരപ്പാടുകളിൽ വരച്ചിട്ട പേടിസ്വപ്നങ്ങളായി. ഇല്ലിക്കാടുകളെ തഴുകി മുന്നോട്ടായുന്ന ഒരു ലോകോമോട്ടീവിന് മുകളിൽ കണ്ണ് വിടർത്തി, കാത് കൂർപ്പിച്ച്, കൈകൾ വിരിച്ച് താൻ നിൽക്കുന്നതായി അവൾ എപ്പോഴും സങ്കൽപ്പിച്ചു. പ്രകാശത്തിന്റെ അപാരമായ തുരുത്തുകളിലൂടെ ജീവിതം വഹിച്ചുകൊണ്ട്, ചിലപ്പോൾ ശബ്ദായമാനമായി, ചിലപ്പോൾ സാത്വികഭാവം പൂണ്ട്, ഫാത്തിമയുടെ തീവണ്ടി ഒരു കുട്ടിയുടെ കളിവണ്ടിക്കപ്പുറത്ത്, ദ്വീപിന്റെ സ്വപ്നസ്ഥലികളിലൂടെ അവിരാമം കുതിച്ചു പാഞ്ഞു.

മുദരിസ്, ഷാരൂഖ് ഖാനെ അറിയുമോ?

ചോദ്യം എന്നോടാണ്. മുന്നിലിരിക്കുന്ന കറുത്ത് മെലിഞ്ഞ ഷിയാസിന്റെ വക. അവനെ ഹിന്ദി സിനിമകളിലെ ജീവിതഗന്ധിയല്ലാത്ത അയഥാർത്ഥ കല്പനകൾ ഹരംകൊള്ളിച്ചു. ഹിന്ദി സിനിമാഗാനങ്ങൾ അവന്റെ ബലഹീനതയായി. അദ്ധ്യാപകരായെത്തിയ ഇന്ത്യക്കാരോട് അവൻ ഹിന്ദിയിൽ സംവദിച്ചു. 'നീ എവിടെ നിന്നാണ് ഹിന്ദി പഠിച്ചതെന്ന്' അവർ അത്ഭുതം കൂറി. ഹിന്ദി സിനിമ കണ്ടിട്ടെന്ന് അവൻ മറുപടി പറഞ്ഞു. എല്ലാറ്റിനുമുപരിയായി കുട്ടിത്തം നിറഞ്ഞ ഒരു മുഖം അവനെ എപ്പോഴും ആവേശിച്ചു. ആ നിഷ്കളങ്കമായ കണ്ണുകൾ അവനോട്മാത്രം നിർത്താതെ സംസാരിച്ചു കൊണ്ടിരുന്നു. നുണക്കുഴികളുള്ള ആ മുഖം കണ്ണിറുക്കി അവനോട് കുശലം പറഞ്ഞു. മുറിയിലെ കട്ടിലിൽ ചെരിഞ്ഞുകിടന്ന് സി. ഡി. പ്ലെയറിൽ, എല്ലാ ദിവസവും സ്കൂൾ വിട്ടുവന്ന് അവൻ ആ സിനിമ കാണും- 'ദിൽവാലെ ദുൽഹനിയലേജായെംഗെ'. ഊണിലും ഉറക്കത്തിലും മൂളിക്കൊണ്ടു നടന്നു: 'തുഝെ ദേഖാ തോയെ ജാനാസനം.' അവനെ ഷാരൂഖ്ഖാൻ ആവേശിച്ചു, ഒരു ഒഴിയാബാധയായി. ഷാരൂഖ് ഖാനെ നേരിൽ കാണുക എന്നതാണ് ഷിയാസിന്റെ ജീവിതാഭിലാഷം. 'വളർന്നു വലുതാകുമ്പോൾ ആരായിത്തീരണം ?' 'ഒരു മറൈൻ എഞ്ചിനിയർ.' ഇറ്റലിയിലേക്ക് 'കാൻഡ്' ട്യൂണയുമായി പോകുന്ന കപ്പലിലെ എഞ്ചിനീയർ. പക്ഷേ, ആ കപ്പൽ പോകേണ്ടത് ബോംബെയിലൂടെയാണ്. ബോംബെയിൽ നങ്കൂരമിടുന്ന കപ്പലിൽ നിന്നും നേരെ തന്റെ പ്രിയനടനെ കാണാൻ പോകും. കണ്ണിറുക്കി, നുണക്കുഴികൾ പ്രദർശിപ്പിച്ച് ഷാരൂഖ് തനിക്ക് ഹസ്തദാനം ചെയ്യാതിരിക്കില്ല. ആ

കരം ഗ്രഹിച്ച്, കണ്ണിറുക്കിയടച്ച്, ആത്മനിർവൃതിയിൽ മുഴുകി താൻ മൂളും: 'തുഝെ ദേഖാതൊായെ ജാനാസനം പ്യാർ ഹോതാ ഹെ ദീവാനാസനം.'

ഷിയാസിന് ആരാണ് ഷാരൂഖ് ഖാൻ ? താരാരാധനയുടെ മൂർത്തിമദ്ഭാവം? അമാനുഷിക കഴിവുകളുള്ള ഒരു അത്ഭുതപ്രതിഭ ? അല്ല. കുട്ടികളോട് തുല്ല്യനിലയിൽ ഇടപഴകാൻ കഴിയുന്ന, പാട്ടും കൂട്ടും കുറുമ്പുകളുമായി അവരുടെ ജീവിതത്തെ സജീവമാക്കുന്ന, സ്വപ്നം നിഴലിക്കുന്ന കണ്ണുകളുള്ള, മാനുഷികതയുള്ള, അനുതാപത്താലും ദയയാലും ജാഗ്രത്താകുന്ന നിഷ്കളങ്കനായ ഒരു കൂട്ടുകാരൻ. അത്രമാത്രം.

⏭

* ടീച്ചർ

ദൊന്തീണി

'ഹിയാ വാസ്സകെ

മീയദെ ദർവരോം... '.

സ്കൂൾ അസംബ്ലി തുടങ്ങിക്കഴിഞ്ഞു. സ്കൂൾ ഗാനത്തിന് പിന്നണിയായി കുട്ടികളുടെ ബാന്റ് വാദനവുമുണ്ട്. വെള്ള ട്രൗസറും ഷർട്ടുമാണ് ആൺകുട്ടികളുടെ യൂണിഫോം. വെള്ള സ്കേർട്ടും വെള്ളഷർട്ടുമാണ് പെൺകുട്ടികളുടേത്. സമയം 6. 45. സൂര്യൻ അതിരാവിലെ ദ്വീപുവാസികൾക്കൊപ്പം ഉണർന്നെണീക്കും. ഉച്ചയാവുമ്പോഴേക്കും കത്തിജ്ജ്വലിക്കാൻ തുടങ്ങും. വിജനമായ നട്ടുച്ചയിലൂടെ കയ്യിൽ ഇൻലന്റും പിടിച്ച് നാട്ടിലേക്ക് ഒരു കത്തയക്കാൻ ദ്വീപിന്റെ നടുവേ ഞാനെത്ര നടന്നിട്ടുണ്ട്.

സ്കൂൾ അസംബ്ലി പുരോഗമിക്കുകയാണ്. തൊട്ടടുത്ത നിറയെ പൂക്കളുള്ള ഒരു ഗുൽമോഹർ മരത്തിൽ നിന്നും കുട്ടികളുടെ തൂവെള്ള വസ്ത്രത്തെ അനുസ്മരിപ്പിച്ച് ഒരു പക്ഷി പറന്നുയർന്നു. ദൊന്തീണി. അഡ്ഡുവിൽ മാത്രം കാണുന്ന വെള്ള പക്ഷി. വടക്കൻ ദ്വീപുകളും തെക്കൻ ദ്വീപുകളും തമ്മിൽ ഭാഷയിലും സംസ്കാരത്തിലും വരെ പ്രകടമായ വ്യത്യാസങ്ങളുണ്ട്. തെക്കനറ്റത്തുള്ള അഡ്ഡു അറ്റോളിന്റെ അഭിമാനമാണ് ദൊന്തീണി എന്ന ഈ വെള്ളപ്പറവ.

അസംബ്ലിയിൽ കുട്ടികൾക്ക് സന്ദേശം കൊടുക്കുന്ന ചടങ്ങാണ് അടുത്തത്. അന്ന് എന്റെ ഊഴമായിരിന്നു:

" Full many a gem of purest ray serene

The dark unfathomed caves of oceans bear

Full many a flower is born to blush unseen

And waste its sweetness on the desert air. "

റ്റോമസ് ഗ്രേയുടെ ' Elegy Written in a Country Churchyard' (പള്ളിപ്പറമ്പിൽ നിന്നെഴുതിയ വിലാപകാവ്യം) എന്ന കവിതയിലെ വരികൾ ഉദ്ധരിച്ചാണ് സംസാരം. കടലിന്റെ അഗാധതയിൽ ഇപ്പോഴും അമൂല്ല്യമായ രത്നങ്ങൾ ഒളിഞ്ഞു കിടപ്പുണ്ട്. മരുഭൂമികളിൽ ഇപ്പോഴും സുഗന്ധിയായ പൂക്കളുണ്ട്. അതുപോലെ, പ്രതിഭാശാലികളായ ഒട്ടേറെ കുട്ടികൾ അവസരങ്ങൾ ലഭിക്കാതെ വെള്ളിവെളിച്ചത്തിലേക്കെത്തുന്നില്ല. അവസരങ്ങൾ പരമാവധി ഉപയോഗപ്പെടുത്തി മുന്നേറുക എന്നതാണ് ഓരോരുത്തരുടെയും ദൗത്യം.

പ്രസംഗം അവസാനിപ്പിച്ച് ഞാൻ വിദൂരതയിലേക്ക് കണ്ണയച്ചു. അതാ പള്ളിയുടെ വശങ്ങളിൽ മീസാൻകല്ലുകൾ അടയാളപ്പെടുത്തിയ വിശാലമായ ഖബറിടം. ദ്വീപിലെ പൂർവ്വസൂരികൾ അന്ത്യവിശ്രമം കൊള്ളുന്ന പവിത്രഭൂമി. റ്റോമസ് ഗ്രേയുടെ കവിത പതിനെട്ടാം നൂറ്റാണ്ടിന്റെ അന്ത്യദശകങ്ങളിൽ നിന്നും വളർന്ന് സാർവ്വലൗകിക മാനങ്ങളാർജ്ജിച്ച് ഓരോ കാലഘട്ടങ്ങളിലും നമ്മെ നിരന്തരം ഓർമ്മപ്പെടുത്തുന്നത് എന്താണ് ? അവസരങ്ങൾ കിട്ടാതെ അസ്തമിച്ചു പോകുന്ന അടിസ്ഥാന വർഗ്ഗത്തെപ്പറ്റിയോ? മരണത്തിന്റെ അപ്രമാദിത്വത്തെ പറ്റിയോ? അതോ സർഗ്ഗാത്മകമായ ഇടപെടലുകളിലൂടെ മരണത്തെ മറികടക്കാമെന്നോ? അതോ, ഇവ എല്ലാം കൂടിയോ?

⏭

അലിറമീസ്

ആകാശമേത്, കടലേത് എന്ന് തിരിച്ചറിയാനാവാത്ത വിധം സങ്കീർണ്ണമാണ് ഒരു ദ്വീപിന്റെ ഭൂപ്രകൃതി. കടൽ ആകാശത്തിൽ അവസാനിക്കുകയാണോ ആകാശം കടലിൽ കലരുകയാണോ എന്ന് നിർണ്ണയിക്കുക പ്രയാസം. ആകാശക്കടലെന്നോ കടലാകാശമെന്നോ പറയാം. ഒരു വൈകുന്നേരം ദ്വീപുവാസികൾ അറ്റോൾ ഓഫീസിന് സമീപമുള്ള സ്കൂൾ ഗ്രൗണ്ടിലേക്ക് ഒഴുകിയെത്തി. ദ്വീപിന്റെ പാട്ടുകാരനായ അലിറമീസ് പാടുന്നുണ്ട്. പ്രണയം എന്നർത്ഥം വരുന്ന ലോബി എന്ന വാക്ക് ആവർത്തിക്കുന്ന പാട്ടുകൾ. സിംഹളവും ഹിന്ദിയും കൂടിക്കുഴഞ്ഞ ദിവേഹി ഗാനങ്ങൾ. കറുത്ത് മെലിഞ്ഞ് ബുൾഗാൻ താടിവെച്ച ഒരു യുവാവ്. കറുത്ത പാന്റ്സും ചെക്ക്ഷർട്ടും വേഷം. സമൃദ്ധമായ മുടി തോളിലേക്ക് വീണുകിടക്കുന്നു. പാട്ടിനിടെ മൈക്ക് കാണികൾക്കു നേരെ തിരിച്ച് രംഗം കൊഴുപ്പിക്കുന്നുണ്ട്. ദ്വീപുവാസികൾ എല്ലാം മറന്ന് അതിൽ ലയിച്ചിരിപ്പാണ്. ഇത്തിരി വട്ടമുള്ള ദ്വീപുകളെ പരസ്പരം ബന്ധിപ്പിക്കുന്ന ഒത്തിരി വലിയ കണ്ണി- സംഗീതം. തങ്ങളുടെ സംഗീതത്തിന് ഒരു ഉപാസകൻ: അലിറമീസ്. പുറമേ പരുഷമായ ഭൂപ്രകൃതിയേയും മനുഷ്യരുടെ ആന്തരപ്രകൃതിയേയും വിളക്കിച്ചേർക്കുന്ന ഭാവഗായകൻ. ഇല്ലായ്മയുടേയും അഭാവങ്ങളുടേയും മദ്ധ്യത്തിൽ നിന്നും മുഴക്കങ്ങളിലേക്കും ശബ്ദങ്ങളിലേക്കും സഞ്ചരിച്ച് ഈണങ്ങളിലും താളങ്ങളിലും സ്വയം പ്രതിനിധാനം ചെയ്യുന്ന പഴക്കങ്ങളെ കാലത്തിലൂടെ സഞ്ചരിച്ച് ഓരോരുത്തരും അടയാളപ്പെടുത്തുന്നു.

രാവിലെ മുതൽ തന്നെ മൗനിയാണ് അമീർ. സ്വതവേ ഓടിച്ചാടി നടക്കുന്നതാണ് അവന്റെ പ്രകൃതം. ക്ലാസ്സിന്റെ 'ലൈവ്

വയർ'. കുസൃതികളുടെയും കുറുമ്പുകളുടേയും ആശാൻ. പക്ഷേ, ഇന്നിതാ അമീർ തന്റെ ഇരിപ്പിടത്തിൽനിന്നും അനങ്ങുന്നില്ല. ഞാൻ കാരണം തിരക്കി. 'മുദരിസ്, അലി റമീസ് പാട്ടു നിർത്തി', അവന്റെ കണ്ണുകൾ സജലങ്ങളായി. അലി റമീസ് പാട്ടുനിർത്തുകയോ ? അതേ, അലി റമീസ് ഒരു സുപ്രഭാതത്തിൽ പാട്ടു നിർത്തിയിരിക്കുന്നു. ഇനി ദ്വീപിൽ സംഗീതമില്ല. വിളംബ കാലങ്ങളിൽ തുടങ്ങി ദ്രുതകാലങ്ങളിലേക്ക് പരിണമിക്കുന്ന ശബ്ദത്തെ ഒരു ജനത തങ്ങളുടെ സാമൂഹിക സ്വത്വമായി ഇനി അടയാളപ്പെടുത്തുകയില്ല. എന്തിനാണ് അലിറമീസ് പാട്ട് നിർത്തിയതെന്ന അന്വേഷണം അവസാനിച്ചത് ഒരുപാട് സങ്കീർണ്ണമായ സമസ്യകളിലാണ്. ലാളിത്യം മുഖമുദ്രയാക്കിയ, തങ്ങളുടേതായ സവിശേഷ ജീവിതരീതികളുള്ള നിഷ്കളങ്കരായ ഒരു ജനതക്കുമേൽ ചില ബാഹ്യ സ്വാധീനങ്ങൾ പ്രത്യക്ഷപ്പെട്ടു തുടങ്ങിയിരിക്കുന്നു. മതത്തിന്റെ ഏകാത്മകത സംഗീതത്തിന്റെ ബഹുസ്വരതയെ നിഷേധിക്കാൻ തുടങ്ങിയിരിക്കുന്നു. അലി റമീസിന്റെ പാട്ടിനെ ഓർത്തുകൊണ്ട് അമീർ കരയുകയാണ്. ക്ലാസ്സ് സ്തബ്ധമായി ഇരുന്നു.

⏭

ഫുടബോളാ

അങ്ങനെയാണ് ദ്വീപിൽ എല്ലാവരും ഫുട്ബോളിനെകുറിച്ച് പറയാറ്. നൂഡിൽസോ, സ്പാഗറ്റിയോ മുറിച്ചു വച്ചതു പോലെയാണ് ദിവേഹിഭാഷ എഴുതുന്നതും അച്ചടിക്കുന്നതും. ഫുട്ബോളിനെ ഫുടബോളാ എന്ന് അവർ ഉച്ചരിക്കുന്നു. ദ്വീപുകളിൽ ഫുട്ബോൾ ഒരു സാംക്രമിക രോഗം പോലെയാണ്;വെറും ജ്വരം എന്നു വിശേഷിപ്പിച്ചാൽ പോരാ. ചെറിയ കുട്ടികൾ തൊട്ട് വയസ്സൻമാർവരെ ഫുട്ബോളിനെകുറിച്ച് സംസാരിക്കുന്നു. വൈകുന്നേരം കളിക്കാരെകൊണ്ടും കാണികളെകൊണ്ടും ഗ്രൗണ്ട് നിറയുന്നു. ദേശീയ ടീമിലെ കളിക്കാർക്ക് ഒരുപാട് ആരാധകരുണ്ട്. ഓരോ കളിക്കാർക്കും കാണികൾ ഓരോ ചെല്ലപ്പേര് സമ്മാനിക്കുന്നു. പിന്നെ ചേരി തിരിഞ്ഞ് അവരെ പിന്തുണയ്ക്കുന്നു. സ്കൂളുകൾ തമ്മിൽ, ദ്വീപുകൾ തമ്മിൽ ഫുട്ബോൾ യുദ്ധം നടക്കുന്നു. കാൽപന്തുകളിയുടെ നിലയ്ക്കാത്ത ആരവം വർഷം മുഴുവൻ ദ്വീപിൽ നിറഞ്ഞു നില്ക്കുന്നു. അലി റമീസിന്റെ പാട്ടുപോലെ ദ്വീപുവാസികളെ ഫുട്ബോൾ ഒന്നിപ്പിക്കുന്നു. ഗോളിലവസാനിക്കുന്ന സിംഫണികൾക്കൊടുവിൽ കരഘോഷത്തോടെ അവർ ഗ്രൗണ്ട് വിടുന്നു. ലോകത്തെമ്പാടും നടക്കുന്ന ഫുട്ബോൾ മത്സരങ്ങൾ ടെലിവിഷൻ വഴികാണുന്നു. ബാഴ്സലോണയും മാഞ്ചസ്റ്റർ യുണൈറ്റഡും യുവന്റസും മറ്റും മറ്റും കുടകുജ്ജകൾ* തെറ്റാതെ ഉച്ചരിക്കുന്നു. ലോകകപ്പ് തുടങ്ങിയാൽ പൊടിപൂരം തന്നെ. ബ്രസീലിനും അർജന്റീനയ്ക്കുമാണ് ഏറ്റവും കൂടുതൽ ആരാധകർ. ഫ്രാൻസും ഇംഗ്ലണ്ടുമാണ് തൊട്ടടുത്ത്.

ഫുട്ബോൾ ഒരു സാർവ്വലൗകിക വികാരമാണ്. ഇല്ലായ്മയുടെ വഴികളിലൂടെയാണ് പന്ത് ഉരുളുന്നത്. പട്ടിണിയും പരിവട്ടവും

മറന്ന് പ്രതീക്ഷയുടെ ഗോൾമഴകളിൽ നനഞ്ഞ് ജനം മുന്നേറുന്നു. ബ്രസീലിലെയോ അർജ്ജന്റീനയിലെയോ വിദൂരമായ തെരുവുകളെ ഇന്ത്യൻ മഹാസമുദ്രത്തിലെ കൊച്ചു ദ്വീപുകളുമായി ബന്ധിപ്പിക്കുന്നു. ഇടയ്ക്ക് കളി കാര്യമാവുന്നു. വംശീയതയും വർണ്ണവെറിയും അരങ്ങുവാഴുന്നു. ഗോളിനെ വെടിയുണ്ട പകരം വെക്കുന്നു.

ഒരു പന്തിനുപിറകേ ലോകം ഉരുളുന്നത് ലോകകപ്പ് ഫുട്ബോൾ കാലത്താണ്. ദ്വീപിനെ അന്താരാഷ്ട്ര ഫുട്ബോൾ ഭൂപടത്തിൽ അടയാളപ്പെടുത്തിയ ലൈൻ അമ്പയറാണ് സയ്യീദ്. 2002 ലെ ലോകകപ്പിലെ പ്രമുഖ മൽസരങ്ങളുടെ ലൈൻ അമ്പയറിൽ ഒരാൾ സയ്യീദ് ആയിരുന്നു. സയ്യീദിനെ ടെലിവിഷനിൽ കണ്ടപ്പോൾ ദ്വീപു ജനത ആർത്തിരമ്പി. തങ്ങളുടെ ദ്വീപസമൂഹത്തെ ലോകത്തിലെ പ്രമുഖരാഷ്ട്രങ്ങളുടെ പേരുകൾക്കൊപ്പം ഉയർത്തിക്കാട്ടിയ ആൾ. വലുതുകൾക്കൊപ്പം ചെറുതുകളെയും ശാക്തീകരിക്കുന്നത് ഉരുളുന്ന ഒരു പന്താണ്. ഫ്ളഡ് ലൈറ്റുകളും, കൂറ്റൻ സ്റ്റേഡിയവും ആർത്തിരമ്പുന്ന കാണികൾക്കുമൊപ്പം പുൽനാമ്പുകളും പങ്കാളിയാവുന്നുണ്ട് ഒരു ഫുട്ബോൾ മത്സരത്തിൽ. വിജയികളാരാണെന്ന് പ്രവചിക്കാനാവാത്ത വിധം അപ്രതീക്ഷിതമാണ് കാൽ പന്തുകളി; ജീവിതം പോലെ. വലുതുകളുടെ അഹംബോധത്തെ ചെറുതുകളുടെ ആത്മവിശ്വാസം അട്ടിമറിക്കുന്നു.

⏭

* ചെറിയ കുട്ടികൾ

ബൈസിക്കിൾ തീവ്സ്

കോഴിക്കോട് സ്വദേശി രമേഷ് 'എസ്. ടി. ഒ' (സ്റ്റേറ്റ് ട്രേഡിംങ് ഓർഗനൈസേഷൻ) 'പീപ്പിൾസ് ചോയ്സി'നു മുന്നിൽ തന്റെ സൈക്കിൾ പാർക്ക് ചെയ്ത് ചങ്ങല പൂട്ടിട്ട് പൂട്ടി. എന്നിട്ട് പ്രാതലിനുള്ള ബ്രഡ്സ്റ്റ്, ജാം, മയനൈസ് തുടങ്ങിയവ വാങ്ങാൻ ആരംഭിച്ചു. ദ്വീപിൽ പ്രവാസികളുടെ പ്രാതൽ എപ്പോഴും ബ്രഡ്സ്റ്റാണ്. ജാമും മയനൈസും തേച്ച് പിടിപ്പിച്ച് ബ്രഡ്സ്റ്റിനെ ഇഡ്ഡലി, ദോശ, പുട്ട്, ഇടിയപ്പം എന്നിങ്ങനെ സങ്കൽപ്പിച്ച് വീട്ടിലെ അടുക്കളയിൽ നിന്നുയരുന്ന പലഹാരമണങ്ങളെ ധ്യാനിച്ച്, ദിവസവും ബ്രഡ്സ്റ്റ് കഴിക്കും. മുന്നൂറ്റി അറുപത്തി അഞ്ചു ദിവസവും ബ്രഡ്സ്റ്റ് കഴിക്കുന്ന മൂവാറ്റുപുഴക്കാരൻ തോമസ് ജോസഫ് അമ്മച്ചി ഉണ്ടാക്കുന്ന അപ്പവും മുട്ടക്കറിയും ഭാവനയിൽ ബ്രഡ്സ്റ്റിൽ ചേർത്ത് കഴിക്കും. കൊണ്ടോട്ടിക്കാരൻ ഷെരീഫ്, ഭാര്യ ഉണ്ടാക്കുന്ന പത്തിരിയുടെയും കോഴിക്കറിയുടെയും രുചിവർണ്ണിച്ചുകൊണ്ട് റൊട്ടി ആർത്തിയോടെ കഴിക്കും.

സാധനങ്ങൾ വാങ്ങി പുറത്തിറങ്ങിയ രമേഷിന് തന്റെ സൈക്കിൾ കാണാനായില്ല. ചങ്ങലപൂട്ട് തകർത്തിട്ടാണ് സൈക്കിൾ മോഷ്ടിച്ചിരിക്കുന്നത്. പൊട്ടിയ ചങ്ങലയുടെയും പൂട്ടിന്റെയും കഷ്ണങ്ങൾ നിലത്ത് ചിതറികിടക്കുന്നുണ്ട്. നിസ്സഹായനായി ഷോപ്പിംഗ് ബാഗും തൂക്കിപ്പിടിച്ച് റോഡിലൂടെ കടച്ചക്ക മരങ്ങളുടെയും ചാമ്പ മരങ്ങളുടെയും തണൽപറ്റി മെല്ലെ നടന്നു. ദ്വീപിൽ സൈക്കിൾ മോഷണം നിത്യ സംഭവമാണ്. സാമാന്യം തരക്കേടില്ലാത്ത സൈക്കിളും ചവിട്ടി പോകുന്ന ഒരാളെ മോഷണ സംഘം 'സ്കെച്ച്' ചെയ്യും. അയാളെ പിന്തുടർന്ന് സാഹചര്യം അനുകൂലമാകുമ്പോൾ സൈക്കിളും മോഷ്ടിച്ച് സംഘം കടന്നു

കളയും. സൈക്കിൾ മോഷണം ഒറ്റയ്ക്കും കൂട്ടായും ചെയ്യുന്നവരുണ്ട്. റോഡിൽ സുഹൃത്തിനെ കണ്ട് സംസാരിക്കുന്നതിനിടയിൽ കടത്തിക്കൊണ്ടു പോയിട്ടുണ്ട്. മോഷ്ടിക്കപ്പെട്ട്, പെയിന്റ് മാറ്റിയടിച്ച്, ചെറിയ മാറ്റങ്ങൾ വരുത്തി നിങ്ങളുടെ മുമ്പിലൂടെ മറ്റൊരാൾ ഓടിച്ചുപോകുന്നുണ്ടാകും. നിങ്ങൾക്ക് 'മുന്നൂറു റുഫിയ കൊടുത്ത് ഞാൻ വാങ്ങിയ സൈക്കിളാണല്ലോ അത്'എന്ന് നെടുവീർപ്പിടുകയല്ലാതെ മറ്റൊന്നും ചെയ്യാനാവില്ല

അത്ഭുതപ്പെടേണ്ട. സൈക്കിൾ എന്ന വാഹനത്തിന് എന്താണിത്ര മാഹാത്മ്യം എന്ന്. ദ്വീപിന്റെ വാഹനം സൈക്കിളാണ്. ആ ഇരു ചക്രങ്ങളിലാണ് ഒരു ദ്വീപ് അലസം മുന്നോട്ട് പോകുന്നത്. കാറും, ബസ്സും, ലോറിയും, മോട്ടോർബൈക്കും ഒന്നുമില്ലാത്ത ആദിമസൗന്ദര്യം നുരയുന്ന കന്യകാ ദ്വീപുകളിൽ വിഷം തീണ്ടാത്ത അരോഗദൃഢഗാത്രരായ ജനങ്ങൾ തങ്ങളുടെ ദൈനംദിന ജീവിതത്തിന്റെ പങ്കപ്പാടുകളെ പ്രശ്നവൽക്കരിച്ച്, ലോകത്തിന്റെ വലിയ വ്യവഹാരങ്ങളെ തമസ്ക്കരിച്ച്, സജീവമായി മുന്നേറുന്നു.

അറ്റോൾ ഓഫീസിൽ ജോലി ചെയ്യുന്ന ഒരു കൺഠകൗപീനധാരി രമേഷിനോട് പുഞ്ചിരിച്ച് അലസം സൈക്കിൾ മൺറോഡിലൂടെ പായിച്ചു.

⏭

ഗറുദിയ

ദ്വീപിലെത്തിയ ആദ്യ ദിനം. സ്കൂൾ മാനേജരുടെ നേതൃത്വത്തിൽ പുതുതായെത്തിയ അദ്ധ്യാപകർക്ക് ഉച്ചഭക്ഷണം ഒരുക്കിയിട്ടുണ്ട്. മേശപ്പുറത്ത് തയ്യാറാക്കിവെച്ചിരിക്കുന്ന ഭക്ഷണം ചൂണ്ടി അദ്ദേഹം ഇങ്ങനെപറഞ്ഞു: 'ഇതാണ് ഗറുദിയ. വളരെ പോഷകസമൃദ്ധമായ ദ്വീപുജനതയുടെ ഭക്ഷണം.' ചോറും മീനും കൂടികുഴഞ്ഞുകിടക്കുന്നു. പുഴുങ്ങിയ മീനിൽ ചോറ് ചേർത്ത ആഹാരം. ചോറിന്റെ പശപ്പും മീനിന്റെ വെള്ളവും ചേർന്ന് ഒരു പ്രത്യേക തരം ലായനി രൂപപ്പെട്ടിട്ടുണ്ട്. ഗറുദിയ ഒരു പ്ലേറ്റിലെടുത്ത് അല്പം വായിലിട്ടതേയുള്ളൂ. അടിവയറ്റിൽ നിന്ന് ഒരു 'തെരപ്പ്' എന്നെ വന്നുമൂടി. പിന്നെ ഒരു മഞ്ഞവെള്ളം പുറത്തേക്കുവന്നു. ശേഷം നിർത്താതെ ഛർദ്ദിക്കുവാൻ തുടങ്ങി. അങ്ങനെ പോഷകസമ്പുഷ്ടമായ ഗറുദിയയോട് ആദ്യദിവസം തന്നെ ഞാൻ വിട പറഞ്ഞു. ദ്വീപിലെ ആഹാര രീതിയോട് പൊരുത്തപ്പെടാൻ കുറച്ചു ദിവസമെടുത്തു. മീൻ ഇട്ട പരിപ്പു കറി മാത്രമല്ല, മീൻ ഇടാത്ത ഒരു കറി കണ്ടുപിടിക്കുക പ്രയാസം. മീൻ മണമില്ലാത്ത ഒരു കറിയും ദ്വീപിൽ കിട്ടില്ല. അതിൽ അത്ഭുതപ്പെടാനുമില്ല. ചുറ്റും കടലും, ഉപജീവനമാർഗ്ഗം മീൻപിടുത്തവുമായതു കൊണ്ട് ദ്വീപുജനതയ്ക്ക് മീൻ തന്നെ സർവ്വസ്വവും.

ഗറുദിയ കഴിക്കാനായില്ലെങ്കിലും ദ്വീപിന്റെ വൈവിധ്യമാർന്ന ആഹാരരീതി തുടർന്നുള്ള ദിവസങ്ങളിൽ മനസ്സിലാക്കാനായി. ഏറ്റവും ഇഷ്ടപ്പെട്ടത് 'റോഷി'യും 'മസ്റോണി' യുമാണ്. റോഷി വേണോ എന്ന് ചോദിക്കുമ്പോൾ ഒരു ആണിന്റെ കണ്ണിൽ കുസൃതി വിരിയുന്നത് നിങ്ങൾക്ക് കാണാം. 'റോഷി' മൈദ കൊണ്ടുണ്ടാക്കുന്ന വെറും ചപ്പാത്തിയെന്നേ വടക്കൻ ദ്വീപുകളിൽ അർത്ഥ

മാക്കുന്നുള്ളൂ. തെക്ക് അത് പരോക്ഷമായി സ്ത്രീയുടെ ലൈംഗികാവയവത്തേയും സൂചിപ്പിക്കുന്നു. 'മസ്റോണി'എന്നാൽ ചൂര മീൻ കൊത്തിനുറുക്കി അതിൽ തേങ്ങയും ഉപ്പും പച്ചമുളകമൊക്കെ ചേർത്തുള്ള വളരെ രുചികരമായ ദ്രവരൂപത്തിലല്ലാത്ത കറിയാണ്. നിഘണ്ടുവിൽ കാണാൻ പറ്റാത്ത, ദ്വീപിൽമാത്രം ഉപയോഗിക്കുന്ന ഒരു ഇംഗ്ലീഷ് പദമാണ് 'ഷോർട്ട് ഈറ്റ്സ്.' 'ചെറുകടി'എന്ന് നമ്മൾ പറയുന്നതിന്റെ നേരിട്ടുള്ള ഇംഗ്ലീഷ് തർജ്ജമ. 'ഷോർട്ട് ഈറ്റ്സിൽ' ഏറ്റവും പ്രമുഖൻ 'ബോക്കിബാ'യാണ്. അരിയും ചൂരമീനുമൊക്കെ ചേർത്ത് നമ്മുടെ ഇലയടയോ കലത്തപ്പമോ പോലെ ആവിയിൽ വേവിച്ചെടുക്കുന്ന പലഹാരം.

പശുവോ പുല്ലോ ഇല്ലാത്ത ദ്വീപിൽ ആസ്ത്രേലിയ, ന്യൂസിലന്റ്, ഹോളണ്ട് എന്നിവിടങ്ങളിൽ നിന്നും ഇറക്കുമതി ചെയ്യുന്ന പാൽപ്പൊടിയാണ് ഉപയോഗിക്കുന്നത്. ആളുകൾ മിക്കവാറും കുടിക്കുന്നത് കട്ടൻ ചായയാണ്. 'കളുസായ്' എന്നാണ് ദ്വീപിൽ അതിന്റെ പേര്. കളു എന്നാൽ കറുപ്പ്. കറുത്ത ചായ ദിവസം പലതവണ കുടിക്കുന്നവരുണ്ട്. കറുപ്പ് ദ്രാവിഡത്തനിമയുള്ള ഒരു ജനതയുടെ നിറമാണ്. സിംഹളരും, ഇന്ത്യക്കാരും, മലയവംശജരും, അറബികളും, വടക്കനാഫ്രിക്കക്കാരും ചേർന്നുള്ള സവിശേഷമായ കറുപ്പ്. പക്ഷേ, ദ്വീപിലെ കുട്ടികളുടെ പാഠപുസ്തകത്തിലുള്ളത് തങ്ങൾ ആര്യൻമാരാണെന്നാണ്. കറുത്ത ആര്യൻമാർ! എന്തുകൊണ്ടാണ് കറുപ്പിന്റെ രാഷ്ട്രീയത്തെ, പ്രത്യയശാസ്ത്രത്തെ, അംഗീകരിക്കാൻ ആരും തയ്യാറാകാത്തത് ? വെള്ളക്കാർക്കും ഉത്തരേന്ത്യക്കാർക്കുമൊക്കെ പെട്ടെന്ന് സ്വീകാര്യത കിട്ടുന്നത് നമ്മുടെ അബോധത്തിന്റെ പ്രവർത്തനം കൊണ്ടാണോ? കോളനീകരിക്കപ്പെട്ട മനസ്സുകളിൽ നിന്നും നമുക്ക് എന്നാണ് വിടുതൽ? കട്ടൻ ചായയിൽ വെള്ള പാൽപ്പൊടി കലർന്നുകൊണ്ടേയിരിക്കുന്നു....

⏭

പവിഴ ദ്വീപുകളിലെ ഏകാന്തത

I am the monarch of all I Survey. 'സർ സയ്യദ് കോളേജിലെ പ്രീഡിഗ്രി കാലത്ത് 'The Solitude of Alexander Selkirk' എന്ന കവിത ഗംഗാധരൻ മാഷ് പഠിപ്പിച്ചത് ഇപ്പോഴും ഓർമ്മയിലുണ്ട്. എങ്ങനെയാണ് ഒരു ദ്വീപ് എന്ന് ഭാവനയിൽ മാത്രം കണ്ടിരുന്ന ആ കാലത്ത്, ഒരു ദ്വീപിൽ അഞ്ചു വർഷം ജീവിക്കുമെന്ന് ഞാൻ സ്വപ്നേപി കരുതിയിരുന്നില്ല. അലക്സാണ്ടർ സെൽകിർക്ക് തള്ളിനീക്കിയിരുന്ന ഏകാന്തതയുടെ ഭയവിഹ്വലമായ രാപ്പകലുകൾ ഇന്നെന്നെ ശരിക്കും വേട്ടയാടുന്നുണ്ട്. ഹിതദു ദ്വീപിൽ നിന്നും 'വില്ലിംഗിലി'എന്ന ആൾപാർപ്പില്ലാത്ത ദ്വീപിലേക്ക് നടത്തിയ ഒരുതോണിയാത്രയിൽ സെൽകിർക്കിനെയും റോബിൻസൺ ക്രൂസോയെയും അവരുടെ ദ്വീപു ജീവിതത്തെയും ഞാൻ സങ്കൽപ്പിച്ചുനോക്കി.

അഡ്ഡു അറ്റോളിൽ വിമാനം ഇറങ്ങേണ്ടത് ഗാൻ വിമാനത്താവളത്തിലാണ്. ഗാനും പരിസരവും ചുറ്റിക്കറങ്ങിയാൽ ഒരു കാര്യം ബോധ്യപ്പെടും. ഗാൻ ഉപേക്ഷിക്കപ്പെട്ട നഗരമാണ്. ഒരു പ്രേതനഗരം. ദ്വീപുകളുടെ ഏകാന്തതയെ മുഴുവൻ ഒറ്റയ്ക്കു പേറുന്നു ഗാൻ. ഇന്ത്യൻ മഹാസമുദ്രത്തിലെ തന്ത്രപ്രധാനമായ ഗാൻ ദ്വീപ് ബ്രിട്ടീഷുകാർക്ക് പാട്ടത്തിനു കൊടുക്കുകയായിരുന്നു അന്നത്തെ മാലദ്വീപ് ഗവൺമെന്റ്. അവിടെ ഒരു കാവൽ കേന്ദ്രം സ്ഥാപിച്ച ബ്രിട്ടീഷുകാർ തീനും കുടിയും മീൻപിടുത്തവും ജലകേളികളുമായി സൈനികപോസ്റ്റ് കൈയ്യാളി. പിന്നീട് ഒരു സുപ്രഭാതത്തിൽ ഗാൻ ഉപേക്ഷിച്ച് ബ്രിട്ടീഷുകാർ മറ്റു പച്ചപ്പുകളിലേക്ക് ചേക്കേറി. ഉപേക്ഷിക്കപ്പെട്ട കെട്ടിടങ്ങളിൽ ശ്രീലങ്കക്കാർ വസ്ത്ര ഫാക്ടറി നടത്തി. അഡ്ഡുവിലെ ഏക സിനിമാശാലയും

ഗാനിലാണ്. അന്നത്തെ ബ്രിട്ടീഷുകാരുടെ മെസ്സാണ് ഇന്നത്തെ 'ഓഷ്യൻ റീഫ്'എന്നു പേരുള്ള റിസോർട്ട്. അഡ്ഡുവിൽ വിദേശ മദ്യം ഡോളർ റേറ്റിൽ കിട്ടുന്നത് ഈ റിസോർട്ടിലാണ്. ചിലർ രഹസ്യമായി വ്യാഴാഴ്ച്ച വൈകീട്ട് ഓഷ്യൻ റീഫിലെത്തുന്നു. ആരുമറിയാതെ അവിടെനിന്നും മദ്യപിക്കുന്നു. ദ്വീപിലെ പിരിമുറുക്കവും ഏകാന്തതയും അങ്ങനെ ബാഷ്പീകരിക്കപ്പെടുന്നു.

ഒരു വൈകുന്നേരം ഞങ്ങളുടെ ദ്വീപിലെ ദിവേഹി അദ്ധ്യാപകൻ സഫ്വാൻ എന്നെ ക്ഷണിച്ചു. 'ഒരു ഡോക്യുമെന്ററിയുണ്ട്, കാണുന്നോ?' എന്ന്. "The Loneliness of the Coral command' എന്നു പേരുള്ള ഒരു'ബ്ലാക്ക് & വൈറ്റ്' ഡോക്യുമെന്ററി. തിന്നും, കുടിച്ചും, രസിച്ചും കഴിയുന്ന അർദ്ധനഗ്നരായ സായിപ്പന്മാർ, കൊല്ലുന്ന ഏകാന്തതയെ വെല്ലാൻ ശ്രമിക്കുന്ന ദൃശ്യങ്ങളടങ്ങിയ ഒരു ഡോക്യുമെന്ററി. ഗാനിലെ ബ്രിട്ടീഷുകാരുടെ ജീവിതം പുറംലോകത്തെത്തിക്കുവാൻ വേണ്ടി നിർമ്മിച്ചത്. ഇംഗ്ലണ്ടിലെ ഏതൊക്കെയോ കൗണ്ടികളിൽ നിന്നെത്തി കോളനിവൽക്കരണം നടക്കാത്ത ഇന്ത്യൻമഹാസമുദ്ര ദ്വീപുകളിൽ കൃത്യമായ സൈനിക താൽപര്യങ്ങളോടെ ഇടപെടുകയായിരുന്നു പവിഴദ്വീപുകളിലെ എകാന്തതയെ കൂട്ടുപിടിച്ച ഈ സൈനികർ.

⏭

ഇല്ലായ്മയുടെ പെരുക്കങ്ങൾ

കോളനിവൽക്കരണം നടന്നിട്ടില്ലെങ്കിലും ദ്വീപിൽ കൊക്കകോളനി വൽക്കരണം നടന്നിട്ടുണ്ട്. ദ്വീപുകളുടെ ദേശീയപാനീയം പോലെയാണ് 'കൊകകോല.' കുറുമ്പയെക്കാൾ* ജനങ്ങൾക്ക് പഥ്യം. 'ഷാംപെയ്നോ ബിയറോ പോലെ കോള പാർട്ടികളിലെ മുഖ്യആകർഷണമാണ്. സ്വാശ്രയബോധം നന്നേ കമ്മിയാണ് ദ്വീപുവാസികൾക്ക്. ദ്വീപിൽ സമൃദ്ധമായ തേങ്ങയാട്ടി വെളിച്ചെണ്ണയാക്കാൻ ആരും മെനക്കെടുന്നില്ല. പകരം പാചക എണ്ണകൾ ഇറക്കുമതി ചെയ്ത് ഉപയോഗിക്കുന്നു!

ടൂറിസം ഒരു വ്യവസായമായി ദ്വീപുകളിൽ ആരംഭിച്ചതുമുതലാണ് ഡോളറിന്റെ പച്ചപ്പിൽ ഭരണകർത്താക്കളും ജനങ്ങളും മതിമറന്നത്. ആൾപാർപ്പില്ലാത്ത ദ്വീപുകളിൽ തദ്ദേശിയർക്ക് അപ്രാപ്യമായ ടൂറിസ്റ്റ് റിസോർട്ടുകൾ തുടങ്ങി. ഇംഗ്ലണ്ട്, ഇറ്റലി, ജർമനി, ഫ്രാൻസ് തുടങ്ങിയ രാജ്യങ്ങളിൽനിന്നും വൻതോതിൽ ടൂറിസ്റ്റുകൾ എത്തിത്തുടങ്ങി. നഗരജീവിതത്തിന്റെ ഒച്ചയേയും ബഹളങ്ങളെയും പിരിമുറുക്കങ്ങളെയും അവർ ദ്വീപിന്റെ ഏകാന്തതയിൽ മുക്കി. ഓല മേഞ്ഞ, പവിഴപുറ്റുകൾ കൊണ്ടുണ്ടാക്കിയ കുടിലുകളല്ല, മറിച്ച് അത്യാധുനിക സൗകര്യങ്ങളുള്ള റിസോർട്ടുകൾ ബഹുരാഷ്ട്ര കമ്പനികൾ ആൾപാർപ്പില്ലാത്ത ദ്വീപുകളിൽ നിർമ്മിച്ചു. ഇസ്ലാമികനിയമങ്ങളെ കാറ്റിൽ പറത്തി തദ്ദേശീയരായ ജനങ്ങളുടെ ദൃഷ്ടിയിൽ നിന്നുമകന്ന്, കെട്ടിപ്പിടിച്ചും, ചുംബിച്ചും, കുടിച്ചും, രമിച്ചും അല്പവസ്ത്രധാരികളായ സായിപ്പന്മാരും മദാമ്മമാരും ദ്വീപിന്റെ സാമ്പത്തികഘടനയിലേക്ക് പച്ചനോട്ടുകൾ ഒഴുക്കിവിട്ടു. ഭരണാധികാരികൾ സമ്പന്നരായി.

സാധാരണജനങ്ങൾ ദാരിദ്ര്യം മാറ്റാൻ പിന്നെയും മീൻ പിടിക്കാൻ പോയി. തലസ്ഥാനത്തെ ചിലയാളുകൾ മാത്രം സമ്പന്നരായി. മറ്റു ദ്വീപുകൾ ഇല്ലായ്മയുടെ പെരുക്കങ്ങളിൽ ദിനങ്ങൾ തള്ളി നീക്കി. ഹൈസ്കൂൾ വിദ്യാഭ്യാസം സിദ്ധിച്ച ചെറുപ്പക്കാർ റിസോർട്ടുകളിൽ ജോലിക്കു പോയി. സായിപ്പന്മാർക്ക് മദ്യം പകർന്നും, 'ഹൗസ് കീപ്പിങ്' ജോലികൾ ചെയ്തും സ്വന്തം നാട്ടിൽ വേലക്കാരായി അവർ ഡോളറുകൾ നേടി. ദ്വീപിലെ കറൻസിയായ റുഫിയയുടെ മേൽ ഡോളറും യൂറോയും വ്യക്തമായ ആധിപത്യം ഉറപ്പിച്ചു. തലസ്ഥാനമായ മാലെയിലെ ഇബ്രാഹിം നാസിർ അന്താരാഷ്ട്ര വിമാനത്താവളത്തിൽ നിൽക്കുമ്പോൾ ചാർട്ടേഡ് വിമാനങ്ങൾ ടൂറിസ്റ്റുകളെയും വഹിച്ചു കൊണ്ട് യൂറോപ്പിൽ നിന്നെത്തുന്നതും പുറത്ത് കാത്തുനില്ക്കുന്ന ഏജന്റുമാർ അവരെ റിസോർട്ടുകളിൽ എത്തിക്കാൻ പാടുപെടുന്നതും കാണാം.

അതാ 'ലുഫ്താൻസ'യുടെ മറ്റൊരു വിമാനം കൂടി ഇരമ്പിയെത്തുകയായി. പെൻഗ്വിൻ കൂട്ടങ്ങളെ പോലെ റിസോർട്ടുകൾ തേടി സായിപ്പന്മാരും മദാമ്മമാരും മെല്ലെ നീങ്ങുകയായി. പഞ്ചാര മണലിലെ സൂര്യസ്നാനങ്ങൾക്കായി.

⏭

* ഇളനീർ

കടച്ചക്കയും ചാമ്പക്കയും

കടച്ചക്ക (ബിലാത്തിച്ചക്ക) നിറയെ കായ്ച്ചുനില്ക്കുന്ന കടപ്ലാവുകൾ വീട്ടുവളപ്പും കവിഞ്ഞ് റോഡിലേക്ക് തണൽ വിരിച്ചു നില്ക്കുന്നു. വശങ്ങൾ കത്രിച്ചപോലുള്ള അതിന്റെ ഇലകൾ കൗതുകകരമായ കാഴ്ചയൊരുക്കി. സ്ത്രീകളും കുട്ടികളും വീടും പരിസരവും മാത്രമല്ല റോഡും അടിച്ചുവാരുന്നു. കടപ്ലാവുകൾ പോലെ സമൃദ്ധമായി കായ്ച്ചുനിൽക്കുന്ന മറ്റൊരു മരമാണ് ചാമ്പ. പഴുത്തു തുടുത്ത ചാമ്പക്കകൾ ദ്വീപിന്റെ ദാഹവും വിശപ്പും മാറ്റി. വീട്ടുവളപ്പിൽ കുലകളായി തൂങ്ങിക്കിടക്കുന്ന ചാമ്പക്കകൾ വർണ്ണക്കാഴ്ചകളൊരുക്കി.

'ഒരു ദ്വീപുവാസി മൂന്ന് കാര്യങ്ങൾ അവശ്യം അറിഞ്ഞിരിക്കണം' സ്കൂളിന്റെ വൈസ് പ്രിൻസിപ്പലായ മാലെ സ്വദേശി ആസിം അബ്ദുൾ സത്താർ പറഞ്ഞു. ഒന്ന് തേങ്ങയുരിക്കാൻ, രണ്ട് മീൻ പിടിക്കാൻ, മൂന്ന് നീന്താൻ. അതിജീവനത്തിന്റെ സൂത്രവാക്യങ്ങളാണ് ഈ മൂന്ന് കാര്യങ്ങളും. ഈ മൂന്ന് കാര്യങ്ങളും അറിഞ്ഞാൽ സ്വയം സമ്പൂർണ്ണത നേടിയ ഒരു ദ്വീപുവാസി ജനിക്കുകയായി. അതിജീവനം ദ്വീപുവാസികളുടെ രക്തത്തിലുണ്ട്. തന്നിലേക്ക് ഉൾസ്ഫോടനങ്ങൾ നടത്തി പുറമേ അദൃശ്യരായി ജീവിക്കുന്ന എത്രയെത്ര പേരുണ്ട് ഈ ലോകത്ത്. കാഴ്ച്ചയുടെ കാർണിവലുകൾക്കും പണമുതലാളിത്തത്തിന്റെ നിരീക്ഷണക്യാമറകൾക്കും ദൃശ്യപ്പെടുത്താനാവത്തവർ. കോട്ടും, ടൈയും, ഷൂസുമൊക്കെ ഊരിയെറിഞ്ഞ് ഉപഭോഗജീവിതത്തിന്റെ തൃഷ്ണമടുത്ത്, ജീവിതത്തിന്റെ ഏതൊക്കെയോ ഘട്ടങ്ങളിൽ ഇളനീർകുടിച്ചും, മീൻ പിടിച്ചും, നീന്തിയും, മാനസികമായ അതിജീവനം സാധ്യമാക്കാൻ കെട്ടുകാഴ്ച്ചയുടെ തമ്പുരാക്കന്മാർപോലും ഈ ദ്വീപുകളിലെ

ത്തുന്നു. അനാദിയായ ഓർമ്മകളാൽ തഴുകി, പ്രാക്തനമായ ജൈവികതയിൽ ലയിച്ച്, ജീവൻ ഉരുവപ്പെട്ട ജലത്തെ അവർ വീണ്ടും പുണരുന്നു. ജീവന്റെ ഉപ്പ് വിയർപ്പായി ഒഴുക്കി നാളെയെക്കുറിച്ചുള്ള സ്വപ്നങ്ങളിൽ കലർത്തി അവർ ശരീരത്തെ മറികടക്കുന്നു. ദ്വീപ് സ്വപ്നങ്ങളെ ചലനാത്മകമാക്കുന്നു..

⏭

രക്തവും മാംസവും

ചൂര (ട്യൂണ) സവിശേഷമായ ഒരു വംശമാണ്. രക്തവും മാംസവും ഒന്നായ, രക്തം മാംസവും മാംസം രക്തവുമായ സമർപ്പിതജന്മം. ആഴക്കടലിൽ നിന്ന് ചൂരമീൻ പിടിക്കുന്നത് കാണേണ്ട കാഴ്ചയാണ്. ജീവന്റെ ചെറുശേഷിപ്പുകളെപോലും നശിപ്പിച്ച് വലയിട്ടു പിടിക്കുകയല്ല, പ്രാചീനമായ ഒരു ആഭിചാരകർമ്മം പോലെ നീട്ടിയ വടിയിൽ പറ്റി തോണിയിലേക്ക് അബോധമായി കുതിക്കുന്നു ഓരോ ചൂരമീനും. ഇരുമ്പ് കാന്തത്തിലേക്കെന്നപോലെയുള്ള ഒന്നാകൽ. കൂറ്റൻമീനുകൾ ആത്മീയമായ നിർവൃതിയിലെന്നപോലെ തോണിയിൽ മലർന്നുകിടക്കുന്നു. കടലിൽ നിന്നെത്തി, ആകാശം നോക്കി. ഇനി കരയിലേക്കെത്തുകയേ വേണ്ടൂ; ദ്വീപു ജനതയുടെ രക്തവും മാംസവുമായി തീരാൻ.

ബോട്ടുജെട്ടിയുടെ സമീപത്തുള്ള മത്സ്യമാർക്കറ്റ് വീടിന്റെ അകംപോലെ വൃത്തിയും വെടിപ്പുമുള്ളതാണ്. തറയോട് പാകിയ നിലം വെള്ളമൊഴിച്ച് കഴുകി ശുദ്ധമാക്കിയിരിക്കുന്നു. കോറൽമണ്ണ് പറ്റിയ ചെരിപ്പിട്ട് ഉള്ളിൽ കയറാനേ നമുക്ക് തോന്നില്ല. അത്രയും പരിശുദ്ധം. ഉയർത്തിക്കെട്ടിയ കല്ലുകളിൽ വച്ച് ട്യൂണയുടെ നടുഭാഗത്തുകൂടെ കത്തി പായിക്കുന്നു. മുള്ള് നടുക്ക് മാത്രമേയുള്ളൂ. മുള്ള് ഊരിക്കളഞ്ഞാൽ രക്തം കലർന്ന മാംസം കിട്ടുകയായി. പ്രധാനമായും രണ്ടുതരം ചൂരമീനുകളുണ്ട്. 'സ്കിപ്ജാക്ക് ട്യൂണയും' 'യെല്ലോഫിൻ ട്യൂണ'യും. വശങ്ങളിൽ ചെകിളകൾക്ക് മഞ്ഞനിറമുള്ള ട്യൂണയ്ക്കാണ് രുചി കൂടുതൽ. മാംസം മാത്രമുള്ള ഈ മീൻ സായിപ്പന്മാരുടെ ഇഷ്ടവിഭവമാണത്രേ. ട്യൂണമീൻ സംസ്ക്കരിക്കുന്ന ഫാക്ടറികൾ ദ്വീപിൽ എമ്പാടുമുണ്ട്. ട്യൂണ വെട്ടി നുറുക്കി ഉപ്പിലിട്ട് എണ്ണചേർത്ത് പാതിവെന്ത

രൂപത്തിൽ വട്ടത്തിലുള്ള ചെറുകാനുകളിലാക്കി കയറ്റുമതി ചെയ്യുന്നു. മിലാനിലും, ലണ്ടനിലും, സൂറിച്ചിലും മറ്റുമിരുന്ന് സായിപ്പന്മാരും മദാമ്മമാരും ട്യൂണമീൻ ആസ്വദിക്കുന്നു.

ലഗൂണുകളിൽ നീന്തിത്തുടിക്കുന്ന മഴവിൽ നിറങ്ങളുള്ള പവിഴപുറ്റ് മത്സ്യങ്ങൾ (റീഫ് ഫിഷ്) ഉണ്ട്. ബോട്ടുജെട്ടിയുടെ സമീപത്തുനിന്ന് ട്യൂണമീനിന്റെ അവശിഷ്ടങ്ങൾ ചൂണ്ടലിൽ കോർത്ത് കുട്ടികൾ ലഗൂണുകളിലേക്ക് വലിച്ചെറിയും. കുട്ടികളെപോലെ നിഷ്കളങ്കരായ ബഹുവർണ്ണമത്സ്യങ്ങൾ അതിൽ കൊത്തും. പുറത്തെത്തി ദ്വീപിന്റെ ഏകാന്തതയെ ചെകിളകളിലേക്ക് ആവാഹിച്ച് അവ നിതാന്തമായ ധ്യാനത്തിലേക്ക് കൺതുറക്കുന്നു. അവിടെ ചെല്ലുന്നവർക്ക് കുട്ടികൾ പവിഴപുറ്റ് മത്സ്യങ്ങൾ സമ്മാനിക്കുന്നു. കേവലമായ വിനോദത്തിനപ്പുറം, കുട്ടികൾക്ക്, ഈ മീൻപിടുത്തം മായികമായ ഒരു ലോകത്തിലേക്കുള്ള സഞ്ചാരമാണ്. പവിഴപ്പുറ്റുകളുടെ വർണ്ണലോകത്തിലേക്കുള്ള സഹയാനം.

⏭

പ്രവചനത്തിന്റെ നാട്ടുവഴക്കങ്ങൾ

ഇല്ല, തരിമ്പും മഴമേഘങ്ങൾ ആകാശത്തിലില്ല. എന്നിട്ടും അഹമ്മദ് ബേബെ* ടാങ്ക് വൃത്തിയാക്കുകയാണ്. സിമന്റ് കൊണ്ടു നിർമ്മിച്ച കൂറ്റൻ മഴവെള്ള സംഭരണി. എന്നെ കണ്ട പ്പോൾ ചിരിച്ചുകൊണ്ടു പറഞ്ഞു; 'വാറൈ ഗറനി.'** ഞാൻ ചുറ്റും നോക്കി. ഇല്ല, മഴയുടെ ഒരു ലക്ഷണവുമില്ല. എന്ത് ധൈര്യത്തിലാ ണ് ഈ മനുഷ്യൻ ജലസംഭരണിയുടെ അടിയിലെ വെള്ളം ഒഴു ക്കിവിടുന്നത്? മഴ പെയ്തില്ലെങ്കിൽ നാളെ മുതൽ ഏതു വെള്ളം കുടിക്കും ? കിണറിലെ വെള്ളം കുടിക്കാൻ പറ്റില്ല. കടൽ വെള്ള ത്തിന്റെ ഉപ്പുരസം മാത്രമല്ല, ശരീരത്തിന് അപകടകാരിയായ ഒട്ടേറെ മൂലകങ്ങൾ പോലും അതിലുണ്ടെന്ന് രസതന്ത്ര അദ്ധ്യാ പകർ അഭിപ്രായപ്പെട്ടു.

കുടിവെള്ളത്തിനായി ദ്വീപുവാസികൾ ആശ്രയിക്കുന്നത് മഴ വെള്ളത്തെയാണ്. ആകാശത്തുനിന്നും പൊഴിയുന്ന അമൃതജ ലമാണ് ദ്വീപിനെ ജീവിപ്പിക്കുന്നത്. ഓരോ വീട്ടിലും ഒന്നിലേറെ ജലസംഭരണികൾ നിർമ്മിച്ചിട്ടുണ്ടാകും. വീട്ടിന്റെ ഇറവാരത്തു കൂടി സഞ്ചരിക്കുന്ന കുഴലുകൾ ജലസംഭരണിയിലേക്ക് എത്തി ചേരുന്നു. മഴയെ ഒരു തുള്ളിപോലും കളയാതെ അവർ പിടിച്ചു വയ്ക്കുന്നു.'വരൾച്ച, വരൾച്ച' എന്ന് അലമുറയിടുന്ന നമ്മൾ മഴവെള്ളം വേണ്ടരീതിയിൽ സംഭരിക്കുന്നുണ്ടോ? ഉപയോഗിക്കു ന്നുണ്ടോ? ഇല്ല തന്നെ.

രാത്രി ഏകദേശം പതിനൊന്ന് മണി ആയിക്കാണും. ചരൽ വാരിയെറിയുന്ന പോലെയുള്ള ശബ്ദം കേട്ടാണ് ഞാൻ ഉണർന്ന ത്. വീട്ടിന്റെ തകരമേൽക്കൂരയ്ക്കുമേൽ മഴ പെയ്യുകയാണ്. ആ

കാശം അതിന്റെ അനന്തമായ മഴക്കോലുകൾ കൊണ്ട് ഭൂമിക്കു മേൽ നടത്തുന്ന രസികൻ തായമ്പക. അഹമ്മദ് ബേബെ ഇപ്പോൾ എന്തു ചെയ്യുകയായിരിക്കും? തന്റെ പ്രവചനത്തിന്റെ കൃത്യത യിൽ സന്തോഷിക്കുകയായിരിക്കുമോ? അതോ, മഴയുടെ ഹർ ഷോന്മാദത്തിൽ ലയിച്ച് ആത്മനിർവൃതി കൊള്ളുകയോ?

ദ്വീപിലെ മഴ ഒരു കാഴ്ച്ചയാണ്. അപ്രതീക്ഷിതമായെത്തി ചറ പറ പെയ്ത് കുത്തിയൊലിച്ച് അപ്രത്യക്ഷമാകുന്ന മഴ. ദ്വീപിലെ കുട്ടികൾ കുടയെടുക്കാറില്ല. മഴ നനയാറുമില്ല. മഴയുടെ ഉള്ളി ലൂടെ നൂണ്ടു വരുന്നതുപോലെയാണ് അവർ വരാറ്. സ്കൂ ളിലെത്തി ഒന്നു തട്ടികുടഞ്ഞാൽ തീർന്നു, മഴ നനഞ്ഞതിന്റെ യാതൊരു ലക്ഷണവും കാണാനുണ്ടാവില്ല. കുത്തിയൊലിക്കുന്ന മഴവെള്ളം കോറൽകല്ലുകളും മണ്ണും കുടിച്ചുവറ്റിക്കുന്നു. കടച്ച ക്കമരങ്ങളും ചാമ്പക്കമരങ്ങളും കുളിച്ചുവൃത്തിയായി നില്ക്കുന്നു. മഴയെ ദ്വീപിലെ പെണ്ണുങ്ങളോട് ഉപമിക്കുന്ന ചിലകൂട്ടരുണ്ട്. പ്രവചനാതീതമത്രേ ദ്വീപിലെ പെൺമനസ്സ്! എന്നിട്ടും അഹമ്മദ് ബേബെയെപോലുള്ളവർ മഴ പ്രവചിക്കുന്നു. അനുഭവങ്ങളുടെ മൂശയിൽ നിന്നും ഉരുവം കൊള്ളുന്ന നാട്ടുവഴക്കങ്ങൾ.

⏭

* ചേട്ടൻ
** മഴ പെയ്യുന്നു

സ്കൂൾ വാർഷികം : മുഖ്യാതിഥി പ്രസിഡണ്ട് !

കരയാൽ ചുറ്റപ്പെട്ട ഒരു നാട്ടിൽ നിന്നും ജലത്താൽ ചുറ്റപ്പെട്ട ഒരു നാട്ടിലേക്ക് എത്തിച്ചേരുമ്പോൾ ഒരല്പം സ്ഥലജല വിഭ്രമം സ്വാഭാവികം. മാലദ്വീപിന് ആ പേരു വരാൻ കാരണം മാലപോലെയുള്ള ഇന്ത്യൻ മഹാസമുദ്രത്തിലെ അതിന്റെ കിടപ്പാണ്. മാലിദ്വീപെന്നല്ല, മാലദ്വീപെന്നാണ് ഉച്ചരിക്കേണ്ടതും എഴുതേണ്ടതും. കേരളത്തിലെ ഒരു വാർഡിന്റെ വിസ്തീർണ്ണം പോലുമില്ല ഒരു ദ്വീപിന്. ദ്വീപുകൾ കൂടിച്ചേർന്നതാണ് 'അറ്റോൾ'. ഇംഗ്ലീഷ്ഭാഷയ്ക്ക് ദ്വീപുരാഷ്ട്രത്തിന്റെ സംഭാവനയാണ് 'അത്തോളു' എന്ന ദിവേഹി വാക്കിൽ നിന്നുണ്ടായ 'അറ്റോൾ' എന്ന പദം.

സ്കൂളിലെത്തി നാലഞ്ചുമാസം കഴിഞ്ഞു. രാവിലത്തെ ഷിഫ്റ്റിലാണ് എനിക്ക് ക്ലാസ്സ്. ഒരു ദിവസം നോട്ടീസുകിട്ടി- 'നാളെ മുതൽ വൈകുന്നേരം നാലുമണിക്ക് എത്തണം.' ഒരു മാസം തുടർച്ചയായുള്ള റിഹേഴ്സലാണ്. സ്കൂൾ വാർഷികത്തിന്റെ! പങ്കെടുക്കുന്ന അതിഥികളെ തീരുമാനിച്ചുകഴിഞ്ഞു. റിഹേഴ്സലിന് അദ്ധ്യാപകരുടെ ഇടയിൽ നിന്നും ഓരോരുത്തർ മുഖ്യാതിഥികളായി ഇനി ഓരോ ദിവസവും ഒരു മാസത്തേക്ക് അഭിനയിക്കണം. കൊമേഴ്സ് അദ്ധ്യാപകൻ 'ഐലന്റ് ചീഫ്,' ചരിത്രാദ്ധ്യാപകൻ 'അറ്റോൾ ചീഫ്'എന്നിങ്ങനെ. ഇംഗ്ലീഷ് അദ്ധ്യാപകനാണ് പ്രസിഡണ്ടിന്റെ പകരക്കാരനായി അഭിനയിക്കുന്നത്. ഞാൻ അന്തിച്ചുപോയി, ഒരു സ്കൂളിന്റെ വാർഷികത്തിന് രാജ്യത്തിന്റെ പ്രസിഡന്റ് എത്തുകയോ? കോളേജുകളോ യൂണിവേഴ്സിറ്റികളോ ഇല്ലാത്ത ഒരുനാട്ടിൽ സ്കൂളുകളാണ് വിദ്യാഭ്യാസത്തിന്റെ സിരാകേന്ദ്രം. ഉന്നതവിദ്യാഭ്യാസത്തിന്

പണവും കുടുംബമഹിമയുള്ളവർ സർക്കാർ ഗ്രാന്റോടെ ഇംഗ്ലണ്ടിലോ, ആസ്ത്രേലിയയിലോ, ഫിജിയിലോ പോകുന്നു. മറ്റുള്ളവർ ഇന്ത്യയിലും ശ്രീലങ്കയിലും. അല്ലാത്തവരുടെ വിശ്വവിദ്യാലയമാണ് ഞാൻ പഠിപ്പിക്കുന്നതുപോലെയുള്ള ഈ സെക്കണ്ടറി സ്കൂളുകൾ. അപ്പോൾ സ്കൂൾ വാർഷികത്തിന് രാജ്യത്തിന്റെ പ്രസിഡണ്ടും വിദ്യാഭ്യാസമന്ത്രിയും മറ്റു മന്ത്രിമാരും അടങ്ങുന്ന ഒരു പടതന്നെ എത്തിചേരുന്നതിൽ അത്ഭുതപ്പെടാനില്ല.

നിറയെ തോരണങ്ങൾ തൂക്കിയ ദീപാലംകൃതമായ സ്റ്റേജിൽ തീഷ്ണമായ കണ്ണുകളുള്ള ഒരു കുറിയ മനുഷ്യൻ എനിക്കു മനസ്സിലാവാത്തഭാഷയിൽ പ്രസംഗിച്ചു. മറ്റുള്ളവരുടെ കൂടെ സദസ്സിൽ നിന്നും ഞാനും ഉച്ചത്തിൽ നിർത്താതെ കയ്യടിച്ചു. സ്ക്കൂൾ വരാന്തയിൽ നിരന്നുനിന്നവർക്കൊക്കെ ഹസ്തദാനം ചെയ്ത് മുന്നോട്ടു നീങ്ങിയ അദ്ദേഹത്തിന്റെ മുഖം വെയിലുകൊള്ളാത്തതുകൊണ്ട് ആപ്പിൾപോലെ തുടുത്തിരുന്നു. അതാണ് 'റൈയ്സുൾ ജംഹൂരിയ ഉസ്താസ്' മൗമൂൺ അബ്ദുൾഖയൂം.

⏭

സായിപ്പ് തൊട്ട ഭൂമദ്ധ്യരേഖ

മുപ്പത്തിനാല് സീറ്റുകളുള്ള 'ഡാഷ് 8' വിമാനം ഒരു തുമ്പിയുടെ വികസിതരൂപത്തെ അനുസ്മരിപ്പിക്കുന്നു. അനാർഭാടമായ ആകാശയാത്ര. കൊച്ചു ദ്വീപുകൾക്കനുയോജ്യമായ കുഞ്ഞൻ വിമാനം. മാലെയിലെ ഇബ്രാഹിം നാസിർ അന്താരാഷ്ട്ര വിമാനത്താവളത്തിൽ നിന്നും അഡ്ഡുഅറ്റോളിലെ ഗാനിലേക്കാണ് എന്റെ യാത്ര. മാലെ വിമാനത്താവളം ഒരു ദ്വീപിലാണ് സ്ഥിതി ചെയ്യുന്നത്, ഹുലുലെ ദ്വീപിൽ. അവിടെ, ലോക ടൂറിസം ഭൂപടത്തിൽ ദ്വീപുകൾക്കുള്ള സ്ഥാനം വ്യക്തമാക്കികൊണ്ട് കൂറ്റൻ വിമാനങ്ങൾ വിനോദസഞ്ചാരികളെയും വഹിച്ചുകൊണ്ട് യൂറോപ്പ്യൻ രാജ്യങ്ങളിൽ നിന്നും മറ്റും എത്തുന്നു. റിസോർട്ടുകളിലേക്ക് 'സ്പീഡ്ബോട്ടി'ലോ 'സീ പ്ലെയ്നിലോ' അവർ യാത്രയാവുന്നു.

എന്നാൽ ഞാൻ യാത്ര ചെയ്യുന്ന ഈ തുമ്പിയിൽ മാലെയിൽ കച്ചവടക്കാരായ അഡ്ഡുസ്വദേശികളും ഗാനിലേക്ക് പോകുന്ന കുറച്ചു വെള്ളക്കാരും, പിന്നെ അഡ്ഡുഅറ്റോളിലും 'ഫുവമുലാകു' തുടങ്ങിയ സമീപ അറ്റോളുകളിലും ജോലി ചെയ്യുന്ന ഇന്ത്യക്കാരും ശ്രീലങ്കക്കാരുമായ അദ്ധ്യാപകരുമാണുള്ളത്. തലസ്ഥാനമായ മാലെയിലെ സുപ്രധാനമായ കച്ചവടസ്ഥാപനങ്ങളൊക്കെ സമ്പന്നരായ അഡ്ഡുസ്വദേശികളുടെ കയ്യിലായതുകൊണ്ട് മാലെ-ഗാൻ വിമാനത്തിൽ തിരക്കിന് ഒരു കുറവുമില്ല. നവംബറിൽ വർഷാന്ത്യ അവധിക്ക് പോകുകയും ജനുവരിയിൽ മടങ്ങിയെത്തുകയും ചെയ്യുന്ന അദ്ധ്യാപകരും ഈ തിരക്കിന് ആക്കം കൂട്ടുന്നു.

നരച്ച പതിവ് ആകാശകാഴ്ച്ചകൾക്ക് വിപരീതമായി അത്ഭുതപ്പെടുത്തുന്ന ദൃശ്യങ്ങളാണ് ദ്വീപുകൾക്ക്മുകളിലൂടെ പറക്കു

മ്പോൾ നമുക്ക് കാണാനാവുക. ജനലിലൂടെ നോക്കിയാൽ കാണാം താഴെ ഓണപ്പൂക്കളത്തെ അനുഭവിപ്പിക്കുമാറ് ഒരു വട്ടത്തിൽ പ്രകൃതിയുടെ മോതിരം. ആ വട്ടത്തിനു ചുറ്റും കടൽ ചുംബിച്ചു മിനുസപ്പെടുത്തിയ പഞ്ചാരമണൽ. യാത്ര പുരോഗമിക്കുന്തോറും ഒന്നിനുപിറകേ മറ്റൊന്നായി ഒരുപാട് ദ്വീപുകൾ. ആൾ പാർപ്പില്ലാത്ത ഏകാന്തമായ ദ്വീപുകൾ. വിനോദസഞ്ചാരികളെ കാത്തുകിടക്കുന്നവ. കോറൽമണ്ണിന്റെ വഴികളുള്ള വെടിപ്പുള്ള ഗ്രാമങ്ങൾ നിറഞ്ഞ ജനവാസമുള്ള ദ്വീപുകൾ.

വിമാനം ഗാനിലേക്ക് അടുത്തുകൊണ്ടിരുന്നു. പെട്ടെന്ന് ഒരു സായിപ്പ് എഴുന്നേറ്റ് 'സ്റ്റുവേർഡി'ന്റെ അടുത്തേക്ക് പോയി. അയാൾ സായിപ്പിന് ഒരു സർട്ടിഫിക്കറ്റ് നൽകി ഹസ്തദാനം ചെയ്തു. ഇയാൾ ഭൂമദ്ധ്യരേഖ (ഇക്വേറ്റർ) കടന്നു എന്നാണ് സാക്ഷ്യപത്രം. തൊലി കറുത്തവർക്ക് പ്രത്യേകിച്ച് പ്രശംസാപത്രങ്ങളൊന്നുമില്ല. ഡഗാമയുടെയോ കൊളംബസിന്റെയോ പിന്മുറക്കാരനായ ഇയാൾക്ക് കോളനിവൽക്കരണത്തിന്റെ എല്ലാ ശേഷിപ്പുകളും അവസാനിക്കുമ്പോഴും മറ്റു രൂപങ്ങളിൽ നാം വിധേയരാവുകയാണോ? സായിപ്പ് തൊട്ട ഭൂമദ്ധ്യരേഖ!

⏭

ഹിക്കിമസ്

ബാക്കിവന്ന ചൂരമീൻ ദ്വീപുകാർ ഉണക്കി സൂക്ഷിക്കും ; പുകയിട്ടും അല്ലാതെയും. ഹിക്കിമസ്- ഉണക്കമീൻ-പലർക്കും പ്രിയപ്പെട്ടതാണ്, പ്രത്യേകിച്ചും ശ്രീലങ്കക്കാർക്ക്. നാട്ടിലേക്ക് പോകുമ്പോൾ പെരേരയും, നിക്കാട്ടിയയും, കൊടുത്തവാക്കുവും, ആസങ്കഗുണരത്നയും, സമൻകുമാരയും ഒക്കെ ബാഗിൽ നിറച്ച് ദ്വീപിൽനിന്നും ലങ്കയിലേക്ക് കൊണ്ടുപോകുന്നത് ഹിക്കിമസാണ്. ഗൾഫിൽനിന്ന് കൊണ്ടുവരുന്ന പെട്ടി നിറയെ അത്തറും, വസ്ത്രങ്ങളും, ഇലക്ട്രോണിക് സാധനങ്ങളും പ്രതീക്ഷിക്കുന്ന മലയാളിയെ പോലെ, കൊളംബോയിലെയും കാൻഡിയിലെയും വീടുകളിൽ സ്ത്രീകളും കുട്ടികളും ഉണങ്ങിപരുവമായ, പുകമണക്കുന്ന ചൂരമീൻ പ്രതീക്ഷിക്കുന്നുണ്ടാകുമോ?

മാലദ്വീപിനെ എളുപ്പം ഉൾക്കൊള്ളാനാകും ശ്രീലങ്കക്കാർക്ക്. ദ്വീപുജനതയാണ് എന്ന ഭൂമിശാസ്ത്രപരമായ സമാനതകൾക്കപ്പുറം, സിംഹളഭാഷയോട് അടുത്ത്നിൽക്കുന്നു ദ്വീപിലെ ഭാഷയായ ദിവേഹി. ഇന്ത്യക്കാരോടുള്ള ശ്രീലങ്കക്കാരുടെ മനോഭാവത്തിൽ കാതലായ മാറ്റം വന്നത് രാജീവ്ഗാന്ധി അയച്ച ഇന്ത്യൻ സമാധാനസേന ദ്വീപിൽ നടത്തിയ അതിക്രമങ്ങളോടെയാണെന്ന് അവർ സാക്ഷ്യപ്പെടുത്തുന്നു. തമിഴ് സംസാരിക്കുന്ന ലങ്കക്കാരോടും ഇന്ത്യക്കാരോടെന്നപോലെ അവർ മാനസികമായ ഒരകലം സൂക്ഷിക്കുന്നുണ്ട്.

ഹിതദുവിലെ ഗാരേജിലാണ് സോമുവിന് ജോലി. ഉച്ചയ്ക്കും രാത്രിയും ഭക്ഷണം പാചകം ചെയ്ത് ആവശ്യക്കാർക്ക് കൊടു

ക്കുന്നുമുണ്ട് സോമു. 'നെബുല' എന്നുപേരുള്ള വീട്ടിലാണ് സോമുവിന്റെ മെസ്സ്. അഞ്ചു മുറികളുള്ള ദ്വീപിലെ ആ വീടിന്റെ ഉടമസ്ഥൻ സോമു ജോലി ചെയ്യുന്ന ഗാരേജിന്റെ ഉടമ ഹിതദു സ്വദേശി നസീറാണ്. ഇന്ത്യക്കാരും ശ്രീലങ്കക്കാരുമായി പത്തോളം പേർ അവിടെ താമസിക്കുന്നുണ്ട്. അവർ സോമു ഉണ്ടാക്കിയ രുചികരമായ ഭക്ഷണം സ്വാദോടെ കഴിക്കുന്നു. സോമുവിന് ഇംഗ്ലീഷ് അറിയില്ല; എനിക്ക് സിംഹളവും. ഞങ്ങൾക്കിടയിൽ ആശയവിനിമയത്തിനുള്ള ഏകമാർഗ്ഗം ദ്വീപിന്റെ ഭാഷയായ ദിവേഹിയാണ്. എനിക്കാണെങ്കിൽ ദ്വീപുഭാഷയിലെ ചില വാക്കുകൾ മാത്രമേ അറിയുകയുള്ളൂ. കറുത്ത് മെലിഞ്ഞ് കപ്പടാമീശയുള്ള സോമു ഒരു ദിവസം രാത്രി രഹസ്യമായി ചോദിച്ചു; 'വേണാ'? 'എന്ത്'?ഞാൻ തിരിച്ചുചോദിച്ചു. ഒരു പാത്രത്തിൽ സോമു അതെനിക്ക് നീട്ടിതന്നു-സോമുവിന്റെ സോമരസം. ആപ്പിളും, മുന്തിരിയും, മറ്റു പഴങ്ങളും ചേർത്ത് അതീവ രഹസ്യമായി മുറിയിൽ സോമു വാറ്റിയെടുത്ത പഴസത്ത്.

സോമരസം കുടിച്ച് ഭക്ഷണം കഴിച്ച് ആംഗ്യങ്ങളിലൂടെയും മുറിവാക്കുകളിലൂടെയും ആശയവിനിമയം നടത്തി, തെങ്ങിൻതലപ്പുകൾക്കു മുകളിലായി കാണുന്ന ചന്ദ്രനും നക്ഷത്രങ്ങളും എല്ലാ രാജ്യത്തും ഒന്നുതന്നെ എന്ന് ഞങ്ങൾ അത്ഭുതപ്പെട്ടു. ഉറങ്ങാൻ പോകുന്നതിന് മുമ്പ് സോമു പറഞ്ഞു: 'രാവണ റങ്കള'(രാവണൻ നല്ലത്). ആര്യൻ അധിനിവേശത്തെ ആന്തരീകരിച്ച ഒരു ദ്രാവിഡനോട് രാവണന്റെ നാട്ടുകാരനായ ഒരുവന്റെ പ്രതിഷേധമോ അത്, അതോ ദ്വീപിൽ കൊളോണിയൽ ഭാഷ പഠിപ്പിക്കുന്ന എന്നോട് ഒരു സാധാരണക്കാരൻ നടത്തിയ ജാഗ്രത്തായ രാഷ്ട്രീയ ഇടപെടലോ?

⏭

ആരുടെയോ ഭാര്യ

സംഗതി പരമരഹസ്യമാണ്. വിദ്യാഭ്യാസ വകുപ്പിലെ ഒരാളെ കണ്ടാൽ മതി, എന്തുകാര്യവും നടക്കും. എന്തെങ്കിലും പ്രത്യുപകാരം ചെയ്യേണ്ടിവരുമെന്ന് മാത്രം. നാട്ടിൽ നിന്ന് വരുമ്പോൾ വിലപിടിപ്പുള്ള എന്തെങ്കിലും കാഴ്ച്ചദ്രവ്യങ്ങൾ സമ്മാനിച്ചാൽ മതി. അങ്ങനെ അവർക്ക് ഇഷ്ടപ്പെട്ട ദ്വീപുകളിലേക്ക്, യാത്രാസൗകര്യമുള്ളിടത്തേക്ക്, വൈദ്യുതിയുള്ള ദ്വീപുകളിലേക്ക്, മെച്ചപ്പെട്ട ഭൗതിക സൗകര്യങ്ങളുള്ളിടത്തേക്ക് പലർക്കും പോകാനായിട്ടുണ്ടത്രേ. ഈ രഹസ്യം പരസ്യമാവുകയും ഒരു സുപ്രഭാതത്തിൽ അയാളെ വിദ്യാഭ്യാസവകുപ്പിൽ നിന്ന് മാറ്റുകയും ചെയ്തു.

വിക്രം ഡിസൂസയും സൗമ്യ ഗുപ്തയും ഒരു ദിവസം ഉച്ചയോടെയാണ് സ്ക്കൂളിലെത്തിയത്. വിക്രം കൊമേഴ്സും സൗമ്യ ഇംഗ്ലീഷുമാണ് പഠിപ്പിക്കുക, അവരെ പരിചയപ്പെടുത്തിക്കൊണ്ട് ശ്രീലങ്കക്കാരനായ പ്രിൻസിപ്പൽ രത്നായകെ പറഞ്ഞു. മെലിഞ്ഞു നീണ്ട വിക്രമും, ഉയരം കുറഞ്ഞ് മുടി ബോബു ചെയ്ത സൗമ്യയും. വിക്രമിന്റെ ബുൾഗാനിൻ താടി വളരെ ഭംഗിയായി വെട്ടിയൊതുക്കിയിട്ടുണ്ട്. ഭാര്യാഭർത്താക്കന്മാരായ അവർ ആദ്യ ദിനം സ്ക്കൂൾവക അതിഥിമന്ദിരത്തിലും അതിനുശേഷം സ്കൂളിനു സമീപത്തുള്ള പുറത്തേക്കു തുറക്കുന്ന ചായ്പുള്ള ഒരു വീട്ടിലേക്ക് താമസം മാറുകയും ചെയ്തു.

'ദിറാഗിന്റെ'-ദിവേഹി രാജ്യേഗെ ഗുൽഹുൻ -ടെലഫോൺ കാർഡ് ഉപയോഗിച്ചാണ് നാട്ടിലേക്ക് ഫോൺ വിളിക്കേണ്ടത്. വഴിയരികിൽ സ്ഥാപിച്ചിരിക്കുന്ന ടെലഫോൺ ബൂത്തുകളിൽ

കാർഡിട്ട് വിളിക്കുന്ന സമ്പ്രദായമാണ് വർഷങ്ങളോളം ദ്വീപിൽ നിലനിന്നിരുന്നത്. വർഷങ്ങൾക്കുശേഷമാണ് ഇന്റർനെറ്റും ഇ-മെയിലുമൊക്കെ സാർവത്രികമായത്.

ബാംഗ്ലൂരുകാരിയായ ജയന്തിയാണ് ഒരു ദിവസം ആ ബോംബ് പൊട്ടിച്ചത്-വിക്രമും സൗമ്യയും ഭാര്യാഭർത്താക്കന്മാരല്ല! സൗമ്യ തന്റെ സ്വന്തംഭർത്താവിന്-വിക്രമിനല്ല-അയച്ച ഒരു ഇമെയിൽ കണ്ടുവെന്നാണ് ജയന്തിയുടെ പക്ഷം. മറ്റുള്ളവരുടെ സ്വകാര്യതയിലേക്ക് നുഴഞ്ഞുകയറി അവരുടെ കത്തു വായിക്കാൻ ജയന്തിക്കെന്ത് അവകാശം? ഓഫീസിൽ സൂപ്പർവൈസറുടെ മുറിക്ക് സമീപത്തുള്ള കമ്പ്യൂട്ടറിൽ താൻ മെയിൽ അയക്കാൻ പോയപ്പോ 'ലോഗ്ഔട്ട്' ചെയ്യാതെ കിടന്ന മെയിലാണ് താൻ കാണാനിടയായത് എന്ന് ജയന്തി വാദിച്ചു. തർക്കം മൂത്തു. വിവരം സ്കൂൾ അധികൃതരുടെ അടുത്ത് എത്തി. കുറ്റവിചാരണ ആരംഭിച്ചു. സാക്ഷി വിസ്താരം നടത്തി. വ്യവസ്ഥയിലെ വലിയ വിടവുകളിലേക്ക് അതു കൈചൂണ്ടി. ഭാര്യാഭർത്താക്കന്മാരാണെന്ന് അവകാശപ്പെടുന്ന ആർക്കും തലസ്ഥാനത്തുനിന്ന് ഏതെങ്കിലും ദ്വീപുകളിലേക്ക് ഒന്നിച്ച് യാത്രചെയ്യുകയും അവിടെ സസുഖം കഴിയുകയും ചെയ്യാം. എന്തായാലും, ഇനിമുതൽ നാട്ടിൽ നിന്ന് വരുന്ന ഭാര്യാഭർത്താക്കന്മാർ വിവാഹ സർട്ടിഫിക്കറ്റ് ഹാജരാക്കണമെന്ന് വിദ്യാഭ്യാസ വകുപ്പ് ഉത്തരവിട്ടു. വിക്രമിനും സൗമ്യക്കും എത്രയെത്ര മുൻഗാമികൾ ഉണ്ടായിരുന്നിരിക്കാമെന്ന് ജയന്തി മൂക്കത്ത് വിരൽ വച്ചു.

⏭

ചന്ദ്രൻ എന്ന ഇബ്രാഹിം

ആമിനത്ത് സെലിൻ ഒമ്പതാം ക്ലാസ്സ് വിദ്യാർത്ഥിയാണ്. ഒരു ദിവസം ഇംഗ്ലീഷ് പിരിയഡിനു ശേഷം അവൾ എന്നെ കാണാൻ വന്നു. എന്നിട്ട് ചിരിച്ചുകൊണ്ടു പറഞ്ഞു: 'എനിക്ക് മലയാളം അറിയാം'. 'അതെങ്ങനെ?' ഞാൻ ചോദിച്ചു. 'എന്റെ ദത്ത*യുടെ ഭർത്താവ് ഇന്ത്യക്കാരനാണ് ; തിരുവനന്ത പുരം സ്വദേശി. ' അയാളിൽ നിന്ന് പല മലയാളം വാക്കുകളും അവൾ പഠിച്ചിരിക്കുന്നു.

ഒരു ദിവസം സെലിന്റെ ചേച്ചിയുടെ ഭർത്താവിനെ കാണാൻ ഞാനും സുഹൃത്തുക്കളും കൂടി അവളുടെ വീട്ടിലെത്തി. ആൾ മലയാളിയാണ് എന്നു കേട്ടപ്പോൾ മുതൽ ഉള്ളിൽ തടുത്തു നിർത്താനാവാത്ത ഒരു ഉറവ പൊട്ടിയിരുന്നു. ദ്വീപിലെ മറ്റു മല യാളികളെ കാണാനും പരിചയപ്പെടാനും ഞങ്ങൾ ഉത്സുകരായി.

കോറൽ കല്ലുകളും മണ്ണും ഉപയോഗിച്ച് നിർമ്മിച്ച ഒരു പഴയ വീടായിരുന്നു സെലിന്റേത്. ഉള്ളിൽ ഇരുട്ട് തങ്ങി നില്ക്കു ന്നു.'ബപ്പ' പുറത്തിരുന്ന് ഓല മെടയുന്നു. 'മമ്മ' അടുക്കളയിൽ റോഷി നിർമ്മാണത്തിലാണ്. ദത്ത തിരുവനന്തപുരം മെഡി ക്കൽകോളേജിൽ ചികിത്സാർത്ഥം പോയപ്പോൾ പരിചയപ്പെട്ട താണ് ചന്ദ്രനെ. മെഡിക്കൽ കോളേജ് ഭാഗത്ത് മാലദ്വീപ് സ്വദേ ശികളായ ഒരുപാടുപേർ താമസിക്കുന്നുണ്ട്. ചിലർ മാലദ്വീപിലെ അവരുടെ വീട് വാടകയ്ക്ക് കൊടുത്താണ് ഇവിടെ താമസിക്കു ന്നത്. മാലദ്വീപ് കറൻസിയായ റുഫിയക്കാണ് ഇന്ത്യൻ രൂപയേ ക്കാൾ മൂല്യം. ഇന്ത്യ എല്ലാ സൗകര്യങ്ങളുമുള്ള ചെലവു കുറഞ്ഞ രാജ്യമാണ് മാലദ്വീപ് സ്വദേശികൾക്ക്. കാൻസർ രോഗികളും,

മാരകരോഗങ്ങൾക്ക് അടിമപ്പെട്ടവരും, ഓപ്പറേഷൻ അത്യാവശ്യമായ മറ്റു രോഗങ്ങൾക്കുമൊക്കെ ചികിസാർത്ഥം ദ്വീപുവാസികൾ ആശ്രയിക്കുന്നത് തിരുവനന്തപുരത്തെയാണ്. പിന്നെ ബംഗളുരുവും, ഹൈദരബാദും മറ്റും.

ജീവിതകാലം മുഴുവൻ വീട് നിർമ്മാണത്തിനും മക്കളുടെ കല്ല്യാണത്തിനുമായി മാറ്റി വെക്കുന്ന മലയാളികൾ കണ്ടുപഠിക്കേണ്ടതാണ് ദ്വീപുവാസികളുടെ ലളിതജീവിതം. കോറൽ വീടുകൾ ഇഷ്ടികചുമരുകൾക്ക് വഴിമാറുമ്പോഴും ഭീമമായ തുക ബാങ്കിൽ നിന്നും ലോണെടുത്ത് ആജീവനാന്ത കടക്കാരനായി ആരും വീടുനിർമ്മാണത്തിൽ ഏർപ്പെടുന്നില്ല. സിമന്റ് ഇഷ്ടികകളാലും തകരഷീറ്റുകളാലും നിർമ്മിച്ചതാണ് ദ്വീപിലെ പുതിയ വീടുകൾ. ഒരു പ്രകൃതി ദുരന്തത്തിൽപെട്ട് സർവ്വസ്വവും നഷ്ടപ്പെട്ടാലും വളരെ എളുപ്പം അതുമായി സമരസപ്പെടാൻ ദ്വീപുവാസികൾക്ക് ആവും.

തിരുവനന്തപുരം സ്വദേശിയായ ചന്ദ്രൻ പുറത്ത് ചാമ്പമരത്തിന്റെ ചോട്ടിൽ ഞങ്ങളുടെകൂടെ ഇരുമ്പ് ചട്ടത്തിൽ പ്ലാസ്റ്റിക് കയറോട്ടിയ പ്രത്യേക ഇരിപ്പിടത്തിൽ (ജോളി) വന്നിരുന്നു. സെലിന്റെ ദത്തയുമായുള്ള പ്രണയം അയാളെ മതം മാറ്റത്തിൽ കൊണ്ടെത്തിച്ചു. ഇപ്പോഴത്തെ പേര് ഇബ്രാഹിം. തിരുവനന്തപുരത്തും അഡ്ഡുവിലുമായി ഇങ്ങനെ ജീവിക്കുന്നു. ദ്വീപിലെത്തിയതിനു ശേഷം താൻ ആളാകെ മാറിപ്പോയിരിക്കുന്നു എന്ന് ഇബ്രാഹിം പറഞ്ഞു. മദ്ധ്യവർഗ്ഗ മലയാളിയുടെ ആർത്തി തന്നെ ഇപ്പോൾ പ്രലോഭിപ്പിക്കുന്നതേയില്ല. ഇത്തിരിപ്പോന്ന ഈ ദ്വീപിൽ ചോറും ചൂരമീനും കഴിച്ച് കടലിനെയും ആകാശത്തെയും പ്രണയിച്ച് ഏകാന്തതയെ തൊട്ട് തലോടി ഇബ്രാഹിം ഇപ്പോൾ ജീവിക്കുന്നു. അയാളുടെ കണ്ണുകൾ ഒരു സൂഫി സന്ന്യാസിയുടേതുപോലെ തിളങ്ങുന്നുണ്ടായിരുന്നു.

* ചേച്ചി

ക്യോട്ടോ പ്രോട്ടോകോൾ

'മുദരിസ്, ക്യോട്ടോ പ്രോട്ടോകോളിന്റെ സ്പെല്ലിംഗ് പറയൂ', പിറകിലെ ബെഞ്ചിൽ നിന്നുമാണ് ചോദ്യം. തടിച്ചു കറുത്ത അർഷാദിന്റെ വക. 'എന്തിന്റെ?' ഞാൻ തെല്ല് അമ്പരപ്പോടെ ചോദിച്ചു. 'ക്യോട്ടോപ്രോട്ടോകോളിന്റെ' അവൻ വീണ്ടും പറഞ്ഞു. ആ വാക്ക് ഞാൻ പലവുരു മനസ്സിൽ ആവർത്തിച്ചു. ഇംഗ്ലീഷ് പദമാകാൻ തരമില്ല. കേട്ടിട്ട് ഒരു ജാപ്പനീസ് ചുവ. യാസുനാരി കവാബാത്തയുടെ നോവലിലെയോ, യൂകിയോ മിഷിമയുടെ കഥ യിലെയോ ഒരു സ്ഥലപ്പേരുപോലെ. കേട്ട വാക്കിനെ ഇംഗ്ലീഷ് അക്ഷരമാലയിലേക്ക് പരിവർത്തിപ്പിച്ച് സ്പെല്ലിംഗ് പറഞ്ഞു കൊടുത്തപ്പോൾ അർഷാദിന് തൃപ്തിയായി.

എനിക്ക് അതൊരു താക്കോൽ വാക്കായിരുന്നു. ഹരിതഗൃഹ വാതകങ്ങളുടെ പുറന്തള്ളൽ സംബന്ധിച്ച ഐക്യരാഷ്ട്രസഭ യുടെ നേതൃത്വത്തിലുള്ള അന്തർദേശീയ ഉടമ്പടിയാണ് ക്യോട്ടോ പ്രോട്ടോകോൾ. എപ്പോൾ വേണമെങ്കിലും മുങ്ങിപ്പോകാം എന്ന അവസ്ഥയിലുള്ള ഒരുപാട് ദ്വീപുകളുടെ നിലനിൽപിന്റെ രാഷ് ട്രീയമാണ് ആ വാക്ക് എന്ന് ഞാൻ കൂടുതൽ അന്വേഷിച്ച് മന സ്സിലാക്കി. സുഹൃത്തും സഹപ്രവർത്തകനുമായ എറണാകുളം സ്വദേശി കുമാർ നാടകീയമായി ഇങ്ങനെ പറഞ്ഞു:'റ്റി. എസ് എലിയറ്റിന്റെ 'തരിശു ഭൂമി'യിലെ 'ജലം കൊണ്ടുള്ള മരണം' ആദ്യം ഏറ്റുവാങ്ങുന്നത് ഇവരായിരിക്കും '

കടലും കരയും അപകടകരമാം വിധം അടുത്തുകിടക്കുന്നു. ഈ ദ്വീപസമൂഹത്തിൽ. കടലിനേക്കാൾ ഒരല്പം ഉയരത്തിൽ മാത്രമാണ് കര. കടലിലുണ്ടാകുന്ന ഏതു മാറ്റവും കരയെ ബാധി

ക്കും. ധ്രുവപ്രദേശങ്ങളിലെ മഞ്ഞ് ഉരുകി കടലിലെ ജലനിരപ്പ് ഉയർന്നാൽ കടൽ ഇവിടേക്ക് ഇരമ്പിയെത്തും. കരയെ നക്കി തോർത്തും. ദ്വീപുജീവിതത്തിന്റെ ലാളിത്യത്തെ വന്യമായ ആ ഇരമ്പം അശാന്തമാക്കും. അവശേഷിപ്പുകളില്ലാതെ അവർ ആകസ്മികമായ ആ ജലസമാധിയിൽ പെട്ടുപോകും. എത്രഭീകരമാണ് ആ അവസ്ഥ. തുവാലുവും, മൗറീഷ്യസും, മാലദ്വീപും മാത്രമല്ല മറ്റു ചെറുദ്വീപുകളിലെയും ജീവിതം ആഗോളതാപനം എന്ന വാക്കിൽ ഉൾച്ചേർന്നിരിക്കുന്നു. ദ്വീപിനെ വിഴുങ്ങുന്ന പുതിയ 'റണ്ണമാരി' (കടൽപിശാച്) യാണ് ആഗോളതാപനം.

ലോകമാധ്യമങ്ങളിലൊട്ടാകെ നിറഞ്ഞുനിന്ന ഒരു വാർത്തയായിരുന്നു മുഹമ്മദ് നഷീദിന്റെ നേതൃത്വത്തിലുള്ള ജനാധിപത്യ സർക്കാർ കടലിനടിയിൽ മന്ത്രിസഭായോഗം ചേർന്നത്. ആസന്ന മൃത്യു കാത്തുകിടക്കുന്ന ഒരു ജനതയുടെ അവസാനത്തെ പ്രതിഷേധശബ്ദം. ഒന്നാം ലോകരാഷ്ട്രങ്ങളുടെ കമ്പോളമൂല്യങ്ങൾക്ക് ഇരയാകുന്ന അവികസിതമായ പാവം മൂന്നാം ലോകരാഷ്ട്രങ്ങളുടെ നിസ്സഹായമായ നിലവിളി വനരോദനമായ് ഒടുങ്ങാതെ കടൽത്തിരമാലകളെപോലെ അലറിയെത്തേണ്ടതുണ്ട്.

ഡോക്ടർ നായർ

'അസ്ഥുഗേ'യിൽ താമസിക്കുന്ന ഡോക്ടർ നായർ ദ്വീപുജനതയുടെ പ്രിയപ്പെട്ട'ഭിഷഗ്വരനാണ്. പാലക്കാട്ടെ പേരുകേട്ട ഒരു തറവാട്ടിലാണ് ജനനം. എം. ബി. ബി. എസ് പഠനത്തിനുശേഷം പാലക്കാട്ടും ഹൈദരാബാദിലുമായി പ്രാക്ടീസ് ചെയ്തു. ഹൈദരാബാദിൽ നിന്നാണ് ഡോക്ടർ മാലദ്വീപിൽ എത്തിച്ചേരുന്നത്. എൺപതുകളിൽ ഡോക്ടർ നായർ ദ്വീപിലെത്തുമ്പോൾ ദ്വീപുവാസികൾ സമൃദ്ധമായ ഇല്ലായ്മകളിൽ അഭിരമിക്കുകയായിരുന്നു. ദ്വീപുജീവിതത്തിന്റെ മാറ്റങ്ങളെ വളരെ അടുത്തുനിന്നു നോക്കിക്കണ്ട ഒരു വ്യക്തിയാണ് ഡോക്ടർ നായർ. മത്സ്യബന്ധനം തൊഴിലാക്കിയ ഒരു ജനത മാത്സര്യങ്ങളില്ലാതെ ജീവിച്ചതിന്റെ നേർസാക്ഷ്യമാണ് ഡോക്ടർക്ക് പറയാനുള്ളത്. ഇന്ത്യൻ മഹാസമുദ്രം നൽകിയ ചൂരമീൻ കഴിച്ച് വിശപ്പടക്കി വലിയ ആഗ്രഹങ്ങളും വമ്പൻ പ്രതീക്ഷകളുമില്ലാതെ നിത്യജീവിതത്തിന്റെ പങ്കപ്പാടുകളെ നെഞ്ചേറ്റി ലളിതജീവിതം നയിച്ചിരുന്ന ഒരു ജനത. ടൂറിസം ഒരു വരുമാനമാർഗ്ഗമെന്ന നിലയ്ക്ക് പച്ചപിടിച്ചു വരുന്നതേയുള്ളൂ.'യുണെസ്കോ' യുടെ ഇടപെടലിലൂടെ വിദ്യാഭ്യാസരംഗം മെല്ലെ മെല്ലെ പുരോഗതി പ്രാപിച്ചുകൊണ്ടിരുന്നു. സ്ക്കൂളുകളും ആശുപത്രികളുംവ്യാപകമായി. ഇന്ത്യയിൽ നിന്നും ഡോക്ടർമാരും അദ്ധ്യാപകരും എത്തി. ആൾപ്പാർപ്പില്ലാത്ത ദ്വീപുകളിൽ മരതകക്കടലിന്റെ മാസ്മരികതയിൽ ടൈയും ഷൂസും ഊരിയെറിഞ്ഞ് പച്ചമനുഷ്യരായി ജൈവികതയുടെ ആദിതാളം തേടി സഞ്ചാരികൾ വന്നുകൊണ്ടേയിരുന്നു. ചൂരമീനുകളുടെ സമൃദ്ധിയിൽ കാനിങ് ഫാക്ടറികൾ ഉടലെടുത്തു.

ഒരിക്കലും വേർപിരിയാനാവാത്ത വിധം ഡോക്ടർ നായർ ദ്വീപുജനതയുമായി കെട്ടപ്പെട്ടു. പാലക്കാടിനെയും ഹൈദരാബാദിനെയും അദ്ദേഹം മറന്നു. ലുങ്കിയുടുക്കുന്ന, മീൻപിടിക്കാൻ പോകുന്ന സാധാരണക്കാർ ഡോക്ടറെ തേടിയെത്തി. അദ്ദേഹം അവരുടെ പ്രിയപ്പെട്ട 'നായർ ഡോക്ടറാ'യി. ആരോഗ്യവകുപ്പിന് കീഴിലുള്ള അഡ്ഡു ഹോസ്പിറ്റലിൽ ഡോക്ടറായാണ് നായർ തന്റെ ദ്വീപുജീവിതം ആരംഭിക്കുന്നത്. ശ്രീലങ്കയിൽ നിന്നും പഠനം പൂർത്തിയാക്കി അഡ്ഡു ഹോസ്പിറ്റലിൽ നേഴ്സായെത്തിയ ആയിഷത്തുമായി ഡോക്ടർ പ്രണയത്തിലായി. മുഹമ്മദ് അബ്ദുൾ റഹ്മാൻ എന്ന പേരു സ്വീകരിച്ച് ഇസ്ലാം മതത്തിലേക്ക് പരിവർത്തനം, ചെയ്തു. ഗവൺമെന്റ് ആശുപത്രിയിൽ നിന്നും രാജിവച്ച് 'നായേർസ് ക്ലിനിക്'എന്ന പേരിൽ സഹധർമ്മിണിയോടൊപ്പം സ്വന്തമായി ക്ലിനിക് തുടങ്ങി. ഡോക്ടർ നായർ പ്രണയിച്ചത് ദ്വീപുസ്വദേശിനി ആയിഷത്തിനെയായിരുന്നില്ല, ദ്വീപിനെയായിരുന്നു. വൈകുന്നേരങ്ങളിൽ സൈക്കിളുംചവിട്ടി, കടൽക്കാറ്റും കൊണ്ട്, അപാരമായ ആകാശത്തിലെ പഞ്ഞിമേഘങ്ങൾ നുണഞ്ഞ്, അലറുന്ന കടലിനിപ്പുറം ലഗൂണിന്റെ ശാന്തതയിൽ ജീവന്റെ ശമനതാളം തിരഞ്ഞ് ആ ഭിഷഗ്വരൻ ജീവിച്ചു.

⏭

വിവാഹ മോചിതരെ, ഇതിലെ, ഇതിലെ...

വിവാഹമോചനത്തിന്റെ കാര്യത്തിൽ ലോകറെക്കോർഡിട്ടുണ്ട് ദ്വീപുരാഷ്ട്രം. ഏറ്റവും കൂടുതൽ വിവാഹമോചനം നടക്കുന്ന രാജ്യമാണ് മാലദ്വീപ് എന്ന് ഗിന്നസ് ബുക്ക് ഓഫ് വേൾഡ് റെക്കോർഡ്സിൽ രേഖപ്പെടുത്തപ്പെട്ടിട്ടുണ്ട്. പ്രതിവർഷം ആയിരം ജനങ്ങൾക്കിടയിൽ 10. 97 ആണ് വിവാഹമോചനത്തിന്റെ നിരക്ക്. ബെലാറസാണ് തൊട്ടു പിന്നിൽ. അമേരിക്കക്ക് മൂന്നാം സ്ഥാനം മാത്രമേയുള്ളൂ. ഓരോ വിവാഹമോചനവും കടുത്ത മാനസികാഘാതമാണല്ലോ പങ്കാളിയിൽ സൃഷ്ടിക്കുക. കുട്ടികളുടെ കാര്യം പറയുകയേ വേണ്ട. എന്നാൽ ഈ സങ്കല്പനത്തിന് യാതൊരു പ്രസക്തിയും ദ്വീപിലില്ല. വിവാഹമോചനം പുരുഷനിലോ സ്ത്രീയിലോ യാതൊരു വിധത്തിലുള്ള മാനസികാഘാതവും ഉണ്ടാക്കുന്നില്ല. കുട്ടികൾസന്തോഷവാന്മാരായി കളിച്ചു നടക്കുന്നു, മുത്തച്ഛന്റെയോ മുത്തശ്ശിയുടെയോ കൂടെ താമസിക്കുന്നു. ദ്വീപിന്റെ സവിശേഷമായ ഭൂമിശാസ്ത്രം ജനങ്ങളുടെ ജീവിതരീതിയെയും സ്വാധീനിക്കുന്നതിന്റെ ഉദാഹരണം ഇവിടെ കാണാം. ഇത്തിരിവട്ടത്തിലുള്ള ദ്വീപിൽ വേർപിരിഞ്ഞു പോയ ഭർത്താവിന് തന്റെ ഭാര്യയെയും കുട്ടികളെയും എല്ലാദിവസവും കാണാനുള്ള അവസരമുണ്ട്. അയാളുടെ കൺമുമ്പിൽ തന്നെയാണ് കുട്ടികൾ വളരുന്നത്. ഭർത്താവ് ഭാര്യയുടെയും, ഭാര്യ ഭർത്താവിന്റെയും പുതിയ കല്ല്യാണത്തിൽ പങ്കെടുക്കും!

'പെണ്ണൂർ' എന്നാണ് സുഹൃത്ത് ബെൻ ദ്വീപിനെ വിശേഷിപ്പിക്കുന്നത്. ജോലിക്ക് പോകുന്നതും സമ്പാദിക്കുന്നതും ആണുങ്ങളാണെങ്കിലും ദ്വീപിലെ പെണ്ണുങ്ങൾക്കാണ് ആജ്ഞാശക്തി കൂടുതൽ. ആണുങ്ങൾ വിനയാന്വിതരും ശാന്തശീലരുമാണ്.

മുമ്പെങ്ങോ നിലനിന്നിരുന്ന മാതൃദായകക്രമത്തിന്റെ മിന്നലൊളിയാണോ ഇത് ? എന്നാൽ രാഷ്ട്രീയാധികാരം കൈയ്യാളുന്ന പുരുഷൻ സ്ത്രീയെയും അവളുടെ സ്വാതന്ത്ര്യത്തെയും ഭയപ്പാടോടെയാണ് നോക്കിക്കാണുന്നത്. മതമെന്ന മറ ഉപയോഗിച്ച് സ്ത്രീകളെ അവർ അസ്വതന്ത്രരാക്കി, മുഖ്യധാരയിൽ നിന്നും പിന്തള്ളി. റിസോർട്ടുകളിൽ ജോലി ചെയ്യുന്ന മദ്ധ്യവർഗ്ഗ പുരുഷൻ ആഢംബരപ്രിയനും സുഖലോലുപനുമായി. അവന്റെ വീട്ടകം കമ്പോളത്തിലെ ഏറ്റവും പുതിയ ഉപകരണത്താൽ സമ്പന്നമായി. പച്ചഡോളറിന്റെ പളപളപ്പിൽ അവൻ പച്ച മനുഷ്യൻ അല്ലാതായി. കടലിൽ പോയി മീൻപിടിച്ച് ജീവിതം തള്ളിനീക്കുന്ന സാധാരണക്കാർ ഈ പുതിയ വർഗ്ഗത്തെ തീർത്തും അവഗണിച്ച് നിർമമമായി ജീവിച്ചു. ഏതോ പ്രാകൃതചോദനയെന്നോണം അവർ വെള്ളകീറും മുമ്പ് കടലിലേക്ക് പുറപ്പെട്ടു. ഇരുട്ട് വീഴുന്നതിന് മുമ്പ് തിരികെയെത്തി. കട്ടൻചായ കുടിച്ച്, ബീഡി പുകച്ച്, ചൂര മീൻ കഴിച്ച് അവർ ദ്വീപിന്റെ പവിത്രമണ്ണിലൂടെ സശ്രദ്ധം മുന്നോട്ട് നടന്നു.

⏭

അനാഥ ശവം

ഹിതദുവിലെ കടപ്ലാവുകൾ തണൽ വിരിച്ച ഒരു മൺവഴിയിൽ അയാൾ എന്നെ തടഞ്ഞു നിർത്തി. നാട്ടിലെ വിടെയാണ് എന്ന ചോദ്യമെറിഞ്ഞു. ഹിതദുദ്വീപിൽ ജോലി ചെയ്യുന്ന ആളല്ല പവിത്രേട്ടൻ. അവിടെ എത്തിപ്പെട്ടതാണ്. ജെട്ടിയിൽ പോയി ആ വലിയ ബോട്ട് ഞാൻ കണ്ടു, രണ്ട് നിലകളുള്ള ഒരു കൂറ്റൻ.'ആ ബോട്ടിലാണ് ഞാൻ ജോലി ചെയ്യുന്നത്'; പവിത്രേട്ടന്റെ വാക്കുകളിൽ അഭിമാനമല്ല സ്ഫുരിച്ചത്, അനാഥത്വമാണ്. ഒരാഴ്ച്ചയായി ആ ബോട്ട് ജെട്ടിയിൽ കിടക്കാൻ തുടങ്ങിയിട്ട്. ചില പ്രശ്നങ്ങൾ, ഉടമസ്ഥനും തൊഴിലാളികളും തമ്മിൽ. മാസങ്ങളായി ശമ്പളം കിട്ടിയിട്ട്. ചൂട് ശമിക്കുന്നതുവരെ ബോട്ടിൽ കിടന്നുറങ്ങും. കുറച്ച് അരി ബാക്കിയുള്ളതെടുത്ത് ചോറുവച്ച് ചൂരമീനുംകൂട്ടി കഴിക്കുന്നു. വൈകിട്ട് നടക്കാനിറങ്ങും. അലറുന്ന കടലിനെ പിന്നിലാക്കി, അസ്തമനസൂര്യന്റെ ചുവപ്പിൽ കുളിച്ച്, ആകാശത്ത് നിറഞ്ഞുനില്ക്കുന്ന വർണ്ണമേഘങ്ങളെ നോക്കി, ശൂന്യമായ മനസ്സോടുകൂടി പവിഴമണ്ണിൽ കാൽപൂഴ്ത്തിയിട്ടുള്ള നടത്തം. തെങ്ങുകൾ കടന്ന്, കടപ്ലാവുകൾ കടന്ന്, ചാമ്പമരങ്ങൾ കടന്ന്, കടലിലവസാനിക്കുന്ന ആ നടത്തം എല്ലാ ദിവസവും തുടരും. കടലിൽനിന്ന് തുടങ്ങി കടലിൽ അവസാനിക്കുന്ന ചാക്രികത. ആ നടത്തത്തിൽ ദ്വീപിലെ ജനങ്ങളെ പവിയേട്ടൻ പരിചയപ്പെട്ടു, ഫാർമസിയിൽ ജോലി ചെയ്യുന്ന തമിഴും മലയാളവും സംസാരിക്കുന്ന മാർത്താണ്ഡം സ്വദേശികളെ സുഹൃത്തുക്കളാക്കി. ജീവിതയാത്രയിൽ പഠിച്ച പലഭാഷകളും വിനിമയം ചെയ്യാൻ ശ്രമിച്ചു. രാജമൺഡ്രി സ്വദേശിയായ വിജയിയോട് തെലുങ്കിൽ സംസാരിച്ചു.

ഒരു ദിവസം ആ നടത്തം അറ്റോൾ ഓഫീസിനു സമീപത്തെ എന്റെ വീട്ടിലേക്ക് നീട്ടി. എന്റെ ഭാര്യ സ്മിത പവിയേട്ടന് ബിരിയാണി വച്ചു കൊടുത്തു. അനുഭവങ്ങളുടെ മഹായാത്രകളിൽ നിന്നും കിട്ടിയ ജീവിതവീക്ഷണം പങ്കുവെച്ച് പവിയേട്ടൻ കടലിലേക്ക് നടന്നുപോയി. കുറച്ചു ദിവസങ്ങൾക്കു ശേഷം മാർത്താണ്ഡത്തെ സുഹൃത്തുക്കളിൽ നിന്നും അറിഞ്ഞു ഹിതദു ഹോസ്പിറ്റലിൽ പവിയേട്ടൻ തണുത്ത് വിറങ്ങലിച്ച് കിടക്കുന്നുണ്ടെന്ന്; ജീവിതയാത്ര അവസാനിപ്പിച്ച്, കെട്ടുപാടുകളില്ലാതെ മോർച്ചറിയിൽ.

ഉത്തർപ്രദേശ് സ്വദേശികളാണ് നയ്യാറും ഭാര്യ സുഹറയും. നയ്യാർ സ്കൂളിലെ ഭൂമിശാസ്ത്ര അദ്ധ്യാപകനാണ്. സുഹറ ഫിഷറീസ് സയൻസ് അദ്ധ്യാപികയും. സ്കൂൾ സമയത്തിന് ശേഷം, വൈകീട്ട്, ഇത്തിരിപോന്ന സിമന്റ് മുറ്റത്ത് എല്ലാവരും ചേർന്ന് ക്രിക്കറ്റ് കളിക്കും. ഒരു ദിവസം കളി കഴിഞ്ഞ് എല്ലാവരും പോകാൻ തയ്യാറെടുക്കുകയായിരുന്നു. പെട്ടെന്ന് നയ്യാറിന് നെഞ്ചുവേദന അനുഭവപ്പെട്ടു. ആശുപത്രിയിൽ എത്തിച്ചപ്പോഴേക്കും നയ്യാർ മരിച്ചു കഴിഞ്ഞിരുന്നു. തന്റെ പ്രിയതമന്റെ ഭൗതികശരീരവുമായി സുഹറ ടീച്ചർക്ക് നാട്ടിലേക്ക്പോകേണ്ടിവന്നു. ഒട്ടേറെ പ്രതീക്ഷകളുമായി ദ്വീപിലേക്ക് വിമാനം കയറിയ ആ ദമ്പതികളിൽ ഒരാൾ മാത്രം ബാക്കിയായി. ഭർത്താവിന്റെ ഭൗതികശരീരവുമായി വിമാനത്തിൽ ഒറ്റക്ക് നാട്ടിലേക്ക് പോകേണ്ടിവന്ന ഭാര്യയുടെ മാനസികാവസ്ഥ വാക്കുകളിൽ വിവരിക്കുക വയ്യ.

⏭

റോമിയോ ആന്റ് ജൂലിയറ്റ്

അമീറിന്റെ കാമുകിയാണ് ഫാത്തിമ. അഡ്ഡു അറ്റോളിലെ ഫെയ്ദു സ്വദേശിയാണ് അമീർ, ഫാത്തിമ ഹിതദു സ്വദേശിനിയും. അഡ്ഡുവിൽ പത്താംക്ലാസ്സ് പഠനം കഴിഞ്ഞ് തലസ്ഥാനമായ മാലെയിലേക്ക് പോയപ്പോഴും അമീർ തന്റെ പ്രണയം മുറുകെ പിടിച്ചു. ഹിതദുവിലെ ബോട്ടുജെട്ടിക്കടുത്താണ് ഫാത്തിമയുടെ വീട്. വൈകുന്നേരങ്ങളിൽ ഫാത്തിമ കടൽക്കരയിൽ പോയി സ്ഫടികാകാശം കടുംനീലക്കടലിനെ ചുംബിക്കുന്നത് നോക്കി നില്ക്കും. ഏതോ അനിർവചനീയമായ ആഹ്ലാദത്താൽ അവളുടെ കവിളുകൾ അന്തിമാനം പോലെ ചുവന്ന് തുടുക്കും. പ്രകൃതി മങ്ങൂഴത്തിൽ നിന്നും രാത്രിയിലേക്ക് കടന്നതറിയാതെ അവിടെ അന്തിച്ച് നില്ക്കും. പിന്നെ, അപാരമായ ആകാശത്തെയും കടലിനെയും കുളിപ്പിക്കുന്ന നിലാവിൽ തിരികെ വീട്ടിലേക്ക് നടക്കും. തന്റെ പ്രണയത്തെ ലാളിച്ച് വിശുദ്ധമാക്കി അവൾ കൂടെ കൊണ്ടു നടന്നു. തിരമാലകൾക്കപ്പുറത്ത്, അമീർ തന്റേതാകുന്ന ദിനം സ്വപ്നം കണ്ട് അവൾ കഴിഞ്ഞു.

നവംബറിൽ വർഷാന്ത്യ അവധിക്ക് നാട്ടിലേക്ക് പോകാൻ തലസ്ഥാനമായ മാലെയിൽ എത്തിയതായിരുന്നു ഞാൻ. ഹോട്ടൽ 'ആത്തമപാലസിൽ' എന്നെ കാണാൻ അമീറെത്തി. മുദരിസ് എന്ന് അഭിസംബോധന ചെയ്ത് ആലിംഗനം ചെയ്തു. മാലെ തെരുവുകളിലൂടെ കഥകൾ പറഞ്ഞ് മുന്നോട്ട് നടന്നു. കുട്ടിത്തം നിറഞ്ഞ അവന്റെ മുഖവും കണ്ണിറുക്കിയുള്ള ചിരിയും ഇന്നും ഓർമ്മയിൽ തങ്ങിനിൽക്കുന്നു. ഞാൻ ഫാത്തിമയെക്കുറിച്ച് ചോദിച്ചു. പഠനം കഴിഞ്ഞ് ഒരു റിസോർട്ടിൽ ജോലി സമ്പാദിച്ച് അവളെ വിവാഹം കഴിക്കാനാണ് തന്റെ പദ്ധതിയെന്ന് അമീർ പറഞ്ഞു. നടത്തത്തിനിടയിൽ പെട്ടെന്ന് നിന്ന് അമീർ നെടുവീർപ്പിട്ടു:

ദൊങ്കേയ്‌ലയും അലിഫുളുവും പോലെ ആകാതിരുന്നാൽ മതിയായിരുന്നു!

ദരിദ്രനായ ഒരു കള്ളു ചെത്തുകാരന്റെ മകളായിരുന്നു ദൊങ്കേയ്‌ല. അവൾ അലിഫുളു എന്ന തട്ടാനുമായി പ്രണയത്തിലായി. അലിഫുളു ദൊങ്കേയ്‌ലയ്ക്ക് മനോഹരമായ ആഭരണങ്ങൾ നിർമ്മിച്ച് കൊടുത്തു. ആ ആഭരണങ്ങൾ ദൊങ്കേയ്‌ലയുടെ സൗന്ദര്യത്തെ തിളക്കമുള്ളതാക്കി. അലിഫുളുവിന് അഭിമാനവും മറ്റുള്ളവരിൽ അസൂയയും ഉളവാക്കി സൂര്യനെപ്പോലെ, പഞ്ചാരമണൽ പോലെ, കടൽ പോലെ, മറ്റൊരു അത്ഭുതമായി ദൊങ്കേയ്‌ല ബുറുണി ദ്വീപിൽ വിളങ്ങി നിന്നു. ലോകത്തെ നിർമമമായി കാണാനുതകുന്ന ദാരു* ചെത്തിയിറക്കുക മാത്രമല്ല, വിശുദ്ധ പുസ്തകം മനോഹരമായി പാരായണം ചെയ്യുകയും ചെയ്യുമായിരുന്നു ദൊങ്കേയ്‌ലയുടെ ബപ്പ** മാലെയിൽ നിന്നെത്തിയ സുൽത്താന്റെ പടയാളികളുടെ ചെവിയിൽ ആ വാർത്തയെത്തി. അവർ ബപ്പയെ കൊണ്ടുപോകാനായി അയാളുടെ വീട്ടിലെത്തി. പവിഴപ്പുറ്റിന്റെ കല്ലും മണ്ണും കൊണ്ട് നിർമ്മിച്ച ഓല പുതച്ച ഒരു കുടിൽ. വാതിലിൽ മുട്ടിയ ഭടൻമാർ അന്തിച്ചുപോയി. തിളങ്ങുന്ന മുഖവും, ചുവന്ന വസ്ത്രങ്ങളും അണിഞ്ഞ ഒരു സൗന്ദര്യമൂർത്തി വാതിൽ തുറന്ന് വന്ന് മുന്നിൽ നിൽക്കുന്നു. ബപ്പയോടൊപ്പം ദൊങ്കേയ്‌ലയെയും അവർ തലസ്ഥാനത്തേക്ക് കടത്തി.

കൊട്ടാരത്തിൽ സുൽത്താന്റെ മന്ത്രി ലെമാഗു ഫകീരു കോയുടെ വിവാഹാഭ്യർത്ഥന ദൊങ്കേയ്‌ല നിരസിച്ചു. ദൊങ്കേയ്‌ലയെ സുൽത്താന്റെ കൊട്ടാരത്തിലേക്ക് പടയാളികൾ കൊണ്ടുപോയതറിഞ്ഞ അലിഫുളു അവരെ രഹസ്യമായി പിന്തുടർന്നു. രാത്രി കൊട്ടാരത്തിലെത്തി ദൊങ്ക്‌യ്‌ലയെ കണ്ടുപിടിച്ച അലിഫുളു ഒരു വള്ളത്തിൽ രക്ഷപെടാനായി കുതിച്ചു. ദൊങ്കേയ്‌ലയെ അലിഫുളു കൊണ്ടുപോയതറിഞ്ഞ സുൽത്താൻ രോഷാകുലനായി, ഒരു ബോട്ടിൽ പടയാളികളെ അവരെ പിടിക്കാനായി അയച്ചു. സുൽത്താന്റെ ബോട്ടിന്റെ വേഗം അലിഫുളുവിന്റെ വള്ളത്തിനില്ലായിരുന്നു. തങ്ങൾ പിടിക്കപ്പെടും എന്നു ഉറപ്പായപ്പോൾ ദൊങ്കേയ്‌ലയുടെ കൈയും പിടിച്ച് അലിഫുളു കടലിലേക്ക് എടുത്തു ചാടി. സുൽത്താന്റെ അനുചരന്മാർക്ക് എന്തെങ്കിലും ചെയ്യാനാവുന്നതിന് മുമ്പ് പാഞ്ഞെത്തിയ ഒരു കടൽജീവി അവരെ വിഴുങ്ങി. അങ്ങനെ മരണത്തിൽ ഒന്നിച്ചുകൊണ്ട് അലിഫുളുവും ദൊങ്കേയ്‌ലയും തങ്ങളുടെ പ്രണയം അനശ്വരമാക്കി.

*കള്ള് ** അച്ഛൻ

സ്വർഗ്ഗത്തിൽ ചിതറിത്തെറിച്ച ചോരത്തുള്ളികൾ

ദ്വീപിലെ നിഷ്കളങ്ക ജീവിതത്തിനേറ്റ ആദ്യമുറിവ് ഒരു ജർമൻ വിനോദസഞ്ചാരി അവന്റെ കാമുകിയെ കൊലപ്പെടുത്തിയതാണ്. 1976 ലാണ് സംഭവം. തന്റെ ഫ്രഞ്ച് കാമുകിയുമൊത്ത് മാലെയിലെ ഒരു ഹോട്ടലിൽ താമസിച്ചിരുന്ന ജർമൻ യുവാവ് ഒരു മുട്ടൻ വഴക്കിന്റെ മൂർദ്ധന്യത്തിൽ അവളെ നിഷ്ഠൂരമായി കൊലപ്പെടുത്തി. ഒരാൾക്ക് മറ്റൊരാളെ കൊല്ലാനാവും എന്ന് ദ്വീപുവാസികൾ അന്നാണ് മനസ്സിലാക്കിയത്. ഒരു മനുഷ്യൻ മറ്റൊരാളുടെ ജീവൻ കവർന്ന ആ സംഭവം ദ്വീപിൽ ഏറെ ഒച്ചപ്പാടുണ്ടാക്കി. മാലദ്വീപിലെ കോടതി അയാളെ വിചാരണ ചെയ്യുകയും കുറ്റവാളിയാണെന്ന് കണ്ടെത്തുകയും ചെയ്തു. ദ്വീപിലെ ശിക്ഷാവിധിയനുസരിച്ച് അയാളെ വടക്കൻ അറ്റോളിലുള്ള ഏകാന്തമായ ഒരു ദ്വീപിലേക്ക് നാടുകടത്തി. ജർമനിയിലേക്ക് തിരികെ കൊണ്ടുപോകാനുള്ള ജർമൻ ഗവൺമെന്റിന്റെ തീരുമാനത്തിന് വഴങ്ങാതെ ഏകാന്തമായ ദ്വീപിൽ ഒരു സന്ന്യാസിയെപ്പോലെ അയാൾ ജീവിച്ചു. മനസ്സിന്റെ നെരിപ്പോടിൽ താൻ ചെയ്ത കൊലപാതകം ഉമിത്തീപോലെ നീറാൻ തുടങ്ങിയപ്പോൾ തനിക്ക് സമനില തെറ്റുമെന്ന് അയാൾക്ക് തോന്നി. ഇസ്ലാംമതം സ്വീകരിച്ച് ഒരു മാലദ്വീപ് സ്വദേശിയെ വിവാഹം ചെയ്ത് അയാൾ ജീവിതത്തിലേക്ക് തിരിച്ചുവരാൻ ശ്രമിച്ചു. താൻ ചെയ്ത അരുംകൊലയിൽ പശ്ചാത്തപിച്ച് ദ്വീപിന്റെ പൗരത്വം സ്വീകരിച്ച് അലറുന്ന കടലിനെയും അപാരമായ ആകാശത്തെയും സാക്ഷിയാക്കി അയാൾ തന്റെ പുതിയ ജീവിതം ദ്വീപിൽ ജീവിച്ചുതീർക്കാൻ നിശ്ചയിച്ചുറപ്പിച്ചു.

ഉപഭോഗജീവിതവും കാപട്യവും അന്യമായിരുന്ന ദ്വീപിലേക്ക്

വിനോദസഞ്ചാര മേഖലയാണ് ഡോളറിനും ലഹരിക്കുമൊപ്പം അവ ഇറക്കുമതി ചെയ്തത്. ദ്വീപിൽ ചിതറിത്തെറിച്ച ആദ്യത്തെ ചോരത്തുള്ളികൾ അതിന് സാക്ഷ്യം നിന്നു. ദ്വീപിലെ വിനോദ സഞ്ചാര മേഖലയുടെ വളർച്ച കണ്ണഞ്ചിപ്പിക്കുന്ന വേഗത്തിലും വിധത്തിലുമായിരുന്നു. മെല്ലെ മെല്ലെ സ്വർഗ്ഗത്തിലേക്ക് ആദ്യം അദൃശ്യമായും പിന്നീട് എല്ലാവർക്കും അനുഭവവേദ്യമായും ചെകുത്താന്മാർ നുഴഞ്ഞുകയറി. അനാശാസ്യ ജീവിതങ്ങൾക്കെതി രെയുള്ള പ്രതിരോധവും പ്രതിഷേധവുമെന്ന മട്ടിൽ യാഥാസ്ഥി തികത്വത്തിന് ജീവൻ വച്ചു. പർദ്ദ മറ്റു വസ്ത്രങ്ങളെ പുറത്താക്കി. മതാത്മകതയുടെ ഒറ്റയുക്തിയിലേക്കുള്ള പരിണാമം അങ്ങനെ യാണ് ആരംഭിച്ചത്. ബുദ്ധമതത്തിന്റെ ശേഷിപ്പുകൾ മാത്രമല്ല ദ്വീപിൽ ഇല്ലാതായത്, ലിബറൽ ചിന്തകളുടെ അന്തരീക്ഷം കൂടി യാണ്. ചർച്ചകളും സംവാദങ്ങളും പേരിനെങ്കിലും സംഘടിപ്പി ച്ചിരുന്ന കൊച്ചുമാസികകൾ ഏകാധിപത്യ ഭരണകൂടവും മതാധിപ ത്യ മനസ്സുകളും ചേർന്ന് ഉരുവപ്പെട്ട മരണകൂടം അടച്ചുപൂട്ടി. ഇന്ത്യൻ മഹാസമുദ്രത്തിൽ പൊട്ടുകൾപോലെ ചിതറിക്കിടക്കുന്ന ഈ ദ്വീപസമൂഹത്തിൽ നിന്നും 200 ഓളം കുടുംബങ്ങളാണ് ഇന്ന് ഇസ്ലാമിക് സ്റ്റേറ്റിൽ എത്തിച്ചേർന്നിട്ടുള്ളത്. ആദ്യസംഘാം ഗങ്ങൾക്ക് ഗവൺമെന്റിന്റെയും ജനങ്ങളുടെയുമൊക്കെ ആശീർവാ ദമുണ്ടായിരുന്നത്രേ!

⏭

കാന്തിക ദ്വീപുകൾ

'നമ്മെ വീണ്ടും വീണ്ടും വലിച്ചടുപ്പിക്കുന്ന ഒരു കാന്തിക പ്രഭാവം ഈ ദ്വീപുകൾക്കുണ്ട്'

സുഹൃത്തും സഹപ്രവർത്തകനുമായ ശ്രീലങ്കൻ സ്വദേശി ഹേമൽഭാന്ദ്ര നികാഹട്ടിയ അഭിപ്രായപ്പെട്ടു. ശരിയാണ്, അല്ലെങ്കിൽ ദ്വീപുകളോട് യാത്ര പറഞ്ഞുപോയവർ എന്തുകൊണ്ടാണ് പിന്നെയും പിന്നെയും തിരികെ എത്തുന്നത് ?

കോട്ടയം സ്വദേശിയായ ജോൺസാറിനെക്കുറിച്ചുള്ള കഥ കേട്ടിട്ടുണ്ട്. എല്ലാവർഷവും അദ്ദേഹം ജോലി രാജിവെക്കും. അടുത്ത അദ്ധ്യയനവർഷം, മൺസൂൺ പോലെ, കൃത്യമായി ജോൺസാർ തിരികെ എത്തും. ജോലി രാജിവെച്ചു കഴിഞ്ഞാൽ പിന്നെ ജോൺസാർ ദ്വീപുവാസികളേട് യാത്ര പറയും. ഒക്ടോബർ മാസം മുതൽ കാണുന്നവരോടൊക്കെ താൻ കേരളത്തിലേക്ക് പോകുകയാണെന്നും ഇനി തിരിച്ചു വരില്ലെന്നും പ്രഖ്യാപിക്കും. ജോൺസാർ ജോലി ചെയ്യുന്ന ദ്വീപിൽ മാത്രമല്ല, തലസ്ഥാനമായ മാലെയിൽ അദ്ദേഹം താമസിക്കുന്ന ഹോട്ടലിലും വാർഷികാഘോഷം പോലെ ഈ നാടകം അരങ്ങേറും. വഴിയിൽ കാണുന്ന സുഹൃത്തുക്കളോടും അപരിചിതരായ സ്വന്തം നാട്ടുകാരോടും ഇങ്ങനെ പറയും : 'എത്ര വർഷമായി ദ്വീപിൽ അദ്ധ്യാപകനായി ജോലി നോക്കാൻ തുടങ്ങിയിട്ട് ! മടുത്തു ഈ ഏകാന്തത. ഇനി നാട്ടിൽപോയി സ്വസ്ഥമായി ജീവിക്കണം.'

എല്ലാവരും ശുഭയാത്രയും ആശംസകളുമായി ജോൺസാറിനെ യാത്രയാക്കും. ജനുവരിയിൽ അടുത്ത അദ്ധ്യയനവർഷത്തിന്റെ ആരംഭത്തിൽ തന്നെ ജോൺസാർ തിരിച്ചെത്തും. ദ്വീപിലല്ല,

നാട്ടിലാണ് അദ്ദേഹം അപാരമായ ഏകാന്തത അനുഭവിക്കുന്നതെന്ന് വ്യക്തം. രണ്ട് ആൺ മക്കളാണ് ജോൺ സാറിന്. രണ്ടുപേരും ബാംഗ്ലൂരിൽ ജോലി ചെയ്യുന്നു. ഭാര്യ മരിച്ചുപോയി. നാട്ടിലെ ഒറ്റപ്പെടൽ അസഹനീയമാകുമ്പോൾ സാർ ദ്വീപിലേക്ക് രക്ഷപ്പെടുന്നു. ഒരു വർഷത്തിൽ നാല്പത്തഞ്ചു ദിവസങ്ങൾ നാട്ടിൽ ചെലവഴിക്കുമ്പോഴേക്കും ഭൂതകാലം ഓർമ്മകളുടെ അമ്പുകൾ കൊണ്ട് അയാളെ മുറിവേല്പിക്കുന്നു. പിന്നെ ഒറ്റ രക്ഷപ്പെടലാണ്. ഈ കുഞ്ഞൻ ദ്വീപിൽ കടലിനെയും ആകാശത്തെയും പ്രണയിച്ച് ഒരു വർഷം. ദൈനംദിനങ്ങളുടെ വിരസതയിൽ ചെറുജീവിതത്തിന് എന്തെല്ലാമോ അർത്ഥങ്ങൾ അദ്ധ്യാരോപിച്ച് മരണത്തിന്റെ അജയ്യതയ്ക്ക് തടയിടാൻ പാഴ്ശ്രമങ്ങൾ നടത്തുന്ന എത്രയോ പേരിൽ ഒരാളായി ജോൺസാറും.

⏭

പ്രതീക്ഷിക്കരുത്, മാലാഖകുട്ടികളെ

ദ്വീപിലെത്തി രണ്ടാം ദിവസം നടന്ന യോഗത്തിൽ സൂപ്പർവൈസർ സരീർ അസന്ദിഗ്ദമായി പ്രഖ്യാപിച്ചത് അങ്ങനെയാണ്. ഇന്ത്യയിലെയോ ശ്രീലങ്കയിലെയോ കുട്ടികളെ പോലെയല്ല ദ്വീപിലെ കുട്ടികൾ. അതുകൊണ്ട് ആരും മാലാഖ കുട്ടികളെ പ്രതീക്ഷിക്കരുത്. ദ്വീപിലെ കുട്ടികളുടെ കുടുംബ പശ്ചാത്തലം പ്രത്യേകം ശ്രദ്ധിക്കണം. തകർന്ന കുടുംബങ്ങളിലെ അംഗങ്ങളാണവർ. വിവാഹമോചനത്തിന്റെ ഇരകൾ. അഗ്നി പർവ്വത സ്ഫോടനങ്ങൾ പുറത്തേക്ക് മാത്രമല്ല, ഉള്ളിലേക്കും സാധ്യമാണ്.

സ്കൂളിൽ ഉത്സവാന്തരീക്ഷമാണ്. കടലാസ് വിമാനങ്ങൾ ക്ലാസ്സിലെമ്പാടും പറന്ന് മൂക്കുകുത്തി വീഴുന്നുണ്ട്. സൗഹൃദങ്ങളുടെ തീവ്രമാത്രകളിൽ പൊട്ടിച്ചിരികൾ ഉയരുന്നുണ്ട്. ഒരു കൈ പുറകിൽ കെട്ടി, മറു കൈ ഡസ്ക്കിൽ ഊന്നി ചില മിടുക്കർ ശക്തി പരീക്ഷിക്കുന്നുണ്ട്. ബെഞ്ചുകളിലേക്ക് ഒരുവൻ മർക്കട ച്ചാട്ടം നടത്തുന്നുണ്ട്. ചിലർ കുന്തിച്ചിരുന്ന് ഏകാന്തതയുടെ ദ്വീപുകൾ നിർമ്മിക്കുന്നുണ്ട്. അവർക്കിടയിലൂടെ നടന്ന് ഞാൻ ബോർഡിന് മുമ്പിലെത്തി. ഇങ്ങനെയൊരാൾ വന്ന് മുമ്പിൽ നിൽക്കുന്നുണ്ടെന്ന കാര്യം പൂർണ്ണമായും വിസ്മരിച്ച് പൂർവ്വാധികം ശക്തിയോടെ ബഹളം തുടർന്നുകൊണ്ടേയിരുന്നു. പിറകിലെ ബെഞ്ചിൽ നിന്നും ഒരുത്തൻ കുറുക്കനേക്കാൾ ഭംഗിയിൽ ഓരിയിടുന്നുണ്ട്. പട്ടിയുടേയും പൂച്ചയുടേയും അനുകർത്താക്കൾക്ക് അവന്റെ ഉച്ചസ്ഥായിയിലുള്ള ഓരിയിടലിനോട് മത്സരിക്കാനായില്ല.

പത്തുപതിനഞ്ച് മിനിട്ടുകൾക്കു ശേഷം കടലിരമ്പം അവസാനിച്ചു. ശാന്തതയുടെ വേലിയിറക്കത്തിൽ പരസ്പരം പരിചയപ്പെട്ടു. അദ്ധ്യാപകൻ പാഠം പഠിപ്പിക്കുക മാത്രമല്ല, ചില പാഠങ്ങൾ സ്വയം പഠിക്കേണ്ടതു കൂടിയുണ്ട് ദ്വീപിൽ. പാഠം ഒന്ന്: ബോർഡിൽ ഒന്നും എഴുതരുത്; തിരിഞ്ഞുനിന്ന് ബോർഡിൽ എഴുതിയാൽ ക്ലാസ്സിൽ അനിയന്ത്രിതമായ ഒച്ചയും ബഹളവും ഉണ്ടാകും. പാഠം രണ്ട്: പ്രഭാഷണകല അരുത്. ക്ലാസ്സിൽ വർക് ഷീറ്റുകൾ കൊണ്ടുപോവുക. ഒരു നിമിഷം പോലും ഇടവേള നല്കാതെ ബെല്ലടിക്കുന്നതുവരെ തുടരുക. പാഠം മൂന്ന്: അധികാരത്തിന്റെ കുത്തകവല്ക്കരണം പാടില്ല. അദ്ധ്യാപനം കലയല്ല; ഞാണിൻമേൽ കളിയാണ്. പാഠം നാല്: മതം, രാഷ്ട്രീയം തുടങ്ങിയ വിഷയങ്ങൾ കുട്ടികളോട് സംസാരിക്കരുത്. അവർ ഇങ്ങോട്ട് സംസാരിച്ച് നമ്മെ പ്രകോപിപ്പിച്ചാൽ പോലും. മതത്തെയും രാഷ്ട്രീയത്തെയും കുറിച്ച് നാം സംസാരിച്ചാൽ ഒറ്റുകാർ പൊടിപ്പും തൊങ്ങലും ചേർത്ത് അധികാരികളിൽ എത്തിക്കും. ജയിലിൽ വരെ എത്തിപ്പെടാം.

ഒരു വർഷത്തിനു ശേഷം കുട്ടികളുടെ സ്വഭാവത്തിൽ നാടകീയമായ മാറ്റങ്ങൾ കണ്ടുതുടങ്ങി. റാഗിങ് കാലഘട്ടം അവസാനിച്ചതുപോലെ അവർ ക്ലാസ്സിൽ വിനയാന്വിതരായി. സൗഹൃദത്തിന്റെ ഊഷ്മളത കൊണ്ട് അവർ പൊതിയാൻ തുടങ്ങി. ചിലർ പവിഴപുറ്റു മൽസ്യങ്ങൾ സമ്മാനിച്ചു. ചാമ്പക്ക തിന്ന് മടുത്തു. ദുരനുഭവങ്ങളിൽനിന്ന് മുക്തിനേടിയ മനസ്സ് അടുത്ത വർഷത്തേക്കുള്ള വരവിനായി തയ്യാറെടുക്കും. അതെ, ദ്വീപ് ഒരു വിചിത്ര ഭൂമികയാണ്. അനാദിയായ കടലിൽനിന്നും ഉരുവം കൊണ്ട കര ആ വൈചിത്ര്യത്തിനു സാക്ഷ്യം നില്ക്കുന്നു.

⏭

സുനാമി

ദ്വീപുജീവിതത്തിന്റെ അവിഭാജ്യഘടകമായ കടൽ ആദ്യം പിൻവാങ്ങുകയും പിന്നീട് പതിന്മടങ്ങ് തീവ്രതയോടെ ആഞ്ഞടിക്കുകയും ചെയ്ത ദിവസമായിരുന്നു ഡിസംബർ 26, 2004. ഡിസംബർ മാസം സ്കൂളുകൾക്ക് അവധി ആയതിനാൽ സുനാമി ഞാൻ നേരിട്ട് അനുഭവിച്ചിട്ടില്ല. അവധിക്ക് ശേഷം ദ്വീപിൽ തിരിച്ചെത്തിയപ്പോൾ കേട്ട കഥകൾ ഞെട്ടിപ്പിക്കുന്നതായിരുന്നു.

മാലദ്വീപിന് തങ്ങളുടെ രാജ്യത്തിന്റെ ഭൂപടം മാറ്റി വരക്കേണ്ടിവന്ന പ്രതിഭാസമായിരുന്നു സുനാമി. പല ദ്വീപുകളും ഇല്ലാതായി. 1129 ദ്വീപുകൾ എന്ന ഔദ്യോഗിക കണക്ക് മാറി മറിഞ്ഞു. ചെറിയ ദ്വീപുകളെ കൂറ്റൻ തിരമാലകൾ നക്കിയെടുത്തു. കടൽ വെള്ളം കയറിയിറങ്ങിയ ശേഷം ബാക്കിയായ ദ്വീപുകളിൽ കുടിക്കാൻ ശുദ്ധജലം പോലുമില്ലാതെ ജനങ്ങൾ നട്ടം തിരിഞ്ഞു. വിനോദസഞ്ചാര കേന്ദ്രങ്ങളിൽ ഉല്ലസിക്കുകയായിരുന്ന ചില വിദേശികൾക്ക് അവരുടെ ജീവൻ തിരിച്ചുകിട്ടിയത് വളരെ ഉയരത്തിലുള്ള തെങ്ങിൽ കയറിപ്പറ്റിയതുകൊണ്ടുമാത്രമാണ്! നൂറിലേറെ പേർക്ക് ജീവഹാനി സംഭവിച്ച കടലേറ്റത്തിൽ ദ്വീപിലെ ഒട്ടുമിക്ക ഗ്രാമങ്ങളും വെള്ളത്തിൽ മുങ്ങിപ്പോയി. കണക്കുകൾ പ്രകാരം രാജ്യത്തിന്റെ ജി ഡി പിയുടെ അറുപതു ശതമാനത്തോളം നാശനഷ്ടങ്ങൾ ഉണ്ടായിട്ടുണ്ട്.

ഇന്തോനേഷ്യയിലെ സുമാത്രയുടെ വടക്കേ മുനമ്പിൽ റിക്ടർ സ്കെയിലിൽ 9.1 തീവ്രത രേഖപ്പെടുത്തിയ ഭൂകമ്പം പത്തുമിനിട്ടോളം തുടരുകയും ഒരു സെന്റിമീറ്ററോളം ഭൂമി കമ്പനം

ചെയ്യുകയും ചെയ്തതായാണ് ഭൗമശാസ്ത്രജ്ഞർ രേഖപ്പെടുത്തിയിട്ടുള്ളത്. തത്ഫലമായി കൂറ്റൻ തിരമാലകൾ രൂപപ്പെട്ട് സുനാമി ഉണ്ടായി. സുമാത്രയിൽ കടലിന്നടിയിൽ ഭൂമികുലുക്കം ഉണ്ടായി മൂന്നുമണിക്കൂറിനു ശേഷമാണ് സുനാമി മാലദ്വീപിൽ എത്തിയത്.

ദ്വീപുരാഷ്ട്രത്തിന് സുനാമി ഒരു പുതിയ പാഠമായിരുന്നു. ആഗോളതാപനം മൂലം കടൽ ഒരു മീറ്ററിലധികം ഉയർന്നാൽ വെള്ളത്തിനടിയിലാവുന്ന രാജ്യത്തിന് മറ്റൊരു ഭീഷണി. പ്രകൃതി കനിഞ്ഞരുളിയ കോറൽ പോളിപ്പുകളും, കണ്ടൽവനങ്ങളും ദ്വീപിന് പ്രതിരോധത്തിന്റെ കവചം തീർക്കുന്നുണ്ട്. അതിനുമപ്പുറം മനുഷ്യസൃഷ്ടിയായ ആഗോളതാപനവും, പ്രകൃതി പ്രതിഭാസമായ സുനാമിയും ഡമോക്ലസിന്റെ വാൾപോലെ ദ്വീപുജീവിതത്തിനുമേൽ തൂങ്ങിക്കിടക്കുന്നു.

ബീമാപള്ളി :
പാവപ്പെട്ടവന്റെ ഗൾഫ്

'എനി ബെരുമ്പം ഒര് ടോർച്ച് കൊണ്ടരണേ മോനേ'- അമ്മമ്മ വേനലവധിയുടെ അവസാന നാളുകളിലൊന്നിൽ എന്നെ ഓർമ്മിപ്പിച്ചിരുന്നു. ചുവപ്പ്, കറുപ്പ്, മഞ്ഞ നിറങ്ങളിൽ ഒരു കറുത്ത വള്ളിയിൽ ചുമലിൽ തൂക്കാവുന്ന തരം ടോർച്ച്. ഗൾഫിൽ നിന്നും വരുന്നവർ സാധാരണയായി അത്തരം ടോർച്ചുകൾ കൊണ്ടുവരികയും അയൽവീട്ടുകാർക്ക് സമ്മാനിക്കുകയും പതിവാണ്. ഞാൻ ഗൾഫിലല്ല, ദ്വീപിലാണ് ജോലി ചെയ്യുന്നതെന്ന് അമ്മമ്മയോട് വിശദീകരിച്ചിട്ട് കാര്യമില്ല. അതുകൊണ്ട് തലകുലുക്കി സമ്മതിച്ചു. കാലം 2001. മോട്ടറോളയുടെ മൊബൈൽഫോൺ ദ്വീപിലെത്തിയിട്ടില്ല.

അവധിക്ക് നാട്ടിൽ പോകുമ്പോൾ സ്കൂൾ ബസ്സിൽ ഗാനിലേക്കു പോകും. അഡ്ഡു അറ്റോളിലെ ഗാൻ ഏയർപോർട്ടിൽ നിന്നും ഐലന്റ് ഏവിയേഷന്റെ വിമാനത്തിൽ തലസ്ഥാനമായ മാലെയിൽ എത്തും. മാലെയിൽ നിന്നും തിരുവനന്തപുരത്തേക്കുള്ള ഇന്ത്യൻ ഏയർലൈൻസ് വിമാനം നാലോ അഞ്ചോ ദിവസങ്ങൾക്ക് ശേഷമായിരിക്കും. ഈ ദിവസങ്ങളിൽ ഷോപ്പിംഗാണ്. മാലെയിലെ ടൈറ്റാൻ ഷോറൂമുകളിൽ നിന്ന് വാച്ച്, എസ്. ടി. ഒ സ്റ്റേറ്റ് ട്രേഡിംഗ് ഓർഗനൈസേഷൻ- ഷോറൂമിൽ നിന്നും പാൽപ്പൊടി, സോപ്പ്, ഇലക്ട്രോണിക്സ് ഉൽപ്പന്നങ്ങൾ തുടങ്ങിയവയാണ് സാധാരണ വാങ്ങാറ്.

റുഫിയയെ ഇന്ത്യൻ രൂപയിലേക്ക് പരിവർത്തിപ്പിക്കുമ്പോൾ കിട്ടുന്ന തുക മനസ്സിൽ കണക്കുകൂട്ടുമ്പോൾ പാവം അദ്ധ്യാപകർ മാലെയിൽ നിന്നും അധികം സാധനങ്ങളൊന്നും വാങ്ങാറില്ല.

വില ചോദിച്ച് വാങ്ങാതിരിക്കുകയും, വില പേശി തിരിച്ചുനടക്കുകയും, ജനാലഷോപ്പിംഗ് മാത്രം നടത്തുകയും ചെയ്യുന്നവരെ ചില കടക്കാർ പരിഹസിക്കും. ചിലർ, മുഖംകോട്ടി വറസക്കര* എന്ന് പരാതിപ്പെടും.

അമ്മമ്മ ഏൽപ്പിച്ച ടോർച്ച് വാങ്ങാതെയാണ് ഞാൻ തിരുവനന്തപുരത്ത് വിമാനമിറങ്ങിയത്. ഒരു വിലകുറഞ്ഞ ഹോട്ടലിൽ മുറിയെടുത്ത ശേഷം വൈകിട്ട് പുറത്തിറങ്ങുകയായിരുന്ന എന്നോട്, 'കെട്ടുകളൊന്നും കാണുന്നില്ലല്ലോ; ഒന്നും വാങ്ങിച്ചില്ലേ?' എന്ന് ഹോട്ടലിലെ ബോയ് തിരക്കി. എന്നിട്ട് തന്റെ അനുഭവങ്ങളുടെ വാർഷികവലയങ്ങളിൽ നിന്നും ഒരു അടര് എനിക്കായി പകുത്തുതന്നു: 'ബീമാപള്ളിയിലേക്ക് പോകൂ.'

തമ്പാനൂരിൽ നിന്നും ബസ്സിൽ ബീമാപള്ളിയിലേക്ക് പോയി. ഇലക്ട്രോണിക്സ് ഉൽപ്പന്നങ്ങളുടെ ചന്തകൾ നിറഞ്ഞുനിൽക്കുന്നു. എല്ലാറ്റിലും കയറിയിറങ്ങി. അമ്മമ്മയ്ക്കായി ചുവന്ന നിറത്തിലുള്ള ഒരു വലിയ ടോർച്ച് വാങ്ങി. നാട്ടിലെത്തി ആ ടോർച്ച് സമ്മാനിക്കുമ്പോൾ അമ്മമ്മയുടെ മുഖത്ത് അനാവൃതമാകുന്ന വെളിച്ചത്തിന്റെ ചാലുകളെ മനസ്സിൽ സങ്കല്പിച്ച് ബീമാപള്ളിയിൽ നിന്നും തിരികെ ഹോട്ടൽ മുറിയിലേക്ക് പോയി. മഗ്രിബ് നമസ്ക്കാരത്തിന്റെ അറിയിപ്പായി മുഴങ്ങിയ ബാങ്കുവിളിയാൽ മുഖരിതമായ അന്തരീക്ഷത്തിലൂടെ ബസ്സ് മെല്ലെ മുന്നോട്ട് ചലിച്ചു. അത്തറിന്റെ സുഗന്ധം മണക്കാത്ത പ്രവാസങ്ങളുമുണ്ട്. എവിടെയും രേഖപ്പെടുത്താതെ പോയവ. മനസ്സിന്റെ മരുവൽക്കരണങ്ങളെ തോൽപ്പിക്കുന്ന, സ്നേഹത്തിന്റെ ഉറവകൾ കിനിഞ്ഞിറങ്ങുന്ന, ഏകാന്തമായ കടലനുഭവങ്ങൾ.

⏭

* വളരെ മോശം

മാലെ കല്ല്യാണം

മാലദ്വീപിലെ വിനോദസഞ്ചാര കേന്ദ്രങ്ങളിൽ സമ്പന്നരായ ന്യൂനപക്ഷം നടത്തുന്ന ധൂർത്തിന്റെയും ആർഭാടത്തിന്റെയും അകമ്പടിയോടെയുള്ള വിവാഹങ്ങളല്ല ഇവിടെ ഉദ്ദേശിക്കുന്നത്. വൈദേശികമായ ഒട്ടേറെ കല്ല്യാണങ്ങൾ സാധാരണ ജനങ്ങൾക്ക് പ്രവേശനമില്ലാത്ത ദ്വീപിലെ ടൂറിസ്റ്റ് റിസോർട്ടുകളിൽ നടക്കാറുണ്ട്. കടലിനു മുകളിൽ കല്ല്യാണമണ്ഡപങ്ങൾ പോലും ചില റിസോർട്ടുകളിൽ കെട്ടിപ്പൊക്കിയിട്ടുണ്ട്.

'മാലെ കല്ല്യാണം' എന്ന പേരിൽ കേരളത്തിൽ അറിയപ്പെടുന്നത് ഒരു വൻ സാമൂഹ്യ വിപത്താണ്. കേരളത്തിലെ ദരിദ്രകുടുംബങ്ങളിൽ നിന്ന് മാലദ്വീപ് സ്വദേശികൾ വിവാഹം ചെയ്യുകയും തുടർന്ന് അവരെ നിഷ്ക്കരുണം ഉപേക്ഷിക്കുകയും ചെയ്ത ഒട്ടേറെ വാർത്തകൾ സമീപകാലത്ത് പുറത്തുവരികയുണ്ടായി. ഇതാണ് കുപ്രസിദ്ധമായ'മാലെകല്ല്യാണം.'വിവാഹപ്രായമായ കുട്ടികളുള്ള ദരിദ്രകുടുംബങ്ങളിലേക്ക് ഇടനിലക്കാർ മുഖേന മാലദ്വീപ് സ്വദേശികൾ വലവീശുന്നു. കുടുംബത്തിന് ഒരു നല്ല തുക കിട്ടുന്നതുകൊണ്ട് കുട്ടിയെ അന്യരാജ്യത്തേക്ക് വിവാഹം ചെയ്തയക്കാൻ മാതാപിതാക്കൾക്ക് യാതൊരു സന്ദേഹവുമില്ല. വിവാഹാനന്തരം മാലദ്വീപ് സമൂഹത്തിലെ ഏതെങ്കിലും ഒരു ദ്വീപിൽ എത്തിച്ചേർന്ന് അവിടത്തെഭാഷ മനസ്സിലാവാതെ, സംസ്ക്കാരവുമായി പൊരുത്തപ്പെടാനാവാതെ അവർ ജീവിക്കേണ്ടിവരുന്നു. കല്ല്യാണത്തിന്റെ പുതുമോടി മായുന്നതിനു മുമ്പ് തന്നെ അവർ ഉപേക്ഷിക്കപ്പെടുകയും നരകജീവിതം നയിക്കാൻ നിർബന്ധിക്കപ്പെടുകയും ചെയ്യുന്നു. പുറംലോകത്തേക്ക് എത്തിപ്പെടാനാവാതെ, ഭർത്താവിനാൽ ഉപേക്ഷിക്കപ്പെട്ട്, ഏകാന്തജീ

വിതം നയിക്കുന്നവർ. അവർ അനുഭവിക്കുന്ന ഒറ്റപ്പെടലും മാനസികവ്യഥയും സമാനതകളില്ലാത്തതാണ്.

കേരളത്തിൽ എത്തിപ്പെടാനാവാതെ മാലദ്വീപിൽ നരകയാതന അനുഭവിച്ചവർ ഒട്ടേറെ. കള്ളക്കേസിൽ കുടുങ്ങി ജയിൽ ശിക്ഷ അനുഭവിച്ചവരുണ്ട്. മാലെയിലെ ഇന്ത്യൻ ഹൈകമ്മീഷന് സമാനമായ ഒട്ടേറെ പരാതികൾ ഈ വിഷയത്തിൽ ലഭിച്ചിട്ടുണ്ട്. വർക്കല സ്വദേശിയായ റുബീന എന്ന യുവതിയുടെ കഥ സമീപകാലത്ത് പുറത്തുവന്നതാണ് ('ദ ന്യൂ ഇൻഡ്യൻ എക്സ്പ്രസ്സ്,' ജനുവരി 29, 2015). മകനെ കൊലപ്പെടുത്തി എന്ന കള്ളകേസിൽ കുടുക്കി ദുണിദു ഡിറ്റൻഷൻ സെന്ററിൽ അടച്ചിടുകയായിരുന്നു റുബീനയെ. 2008 ജൂൺ 28 നാണ് ഹസ്സൻ ജാബിർ എന്ന മാലദ്വീപ് സ്വദേശിയെ റുബീന വിവാഹം ചെയ്യുന്നത്. റുബീനയുടെ ദരിദ്ര കുടുംബത്തിന് ജാബിർ മുപ്പതിനായിരം രൂപ വിവാഹചെലവിന് കൊടുക്കുകയും അവരുടെ കടങ്ങൾ വീട്ടാമെന്ന് വാഗ്ദാനം ചെയ്യുകയും ചെയ്തു. വിവാഹാനന്തരം ദ്വീപിലെത്തിയ റുബീനയെ പീഡിപ്പിക്കുകയും കള്ളക്കേസിൽ കുടുക്കുകയും ചെയ്യുകയായിരുന്നു.

കല്ല്യാണത്തിനു ശേഷം മാലദ്വീപിൽ എത്തുന്ന ഇന്ത്യൻ സ്ത്രീകൾക്ക് മാലദ്വീപ് പൗരത്വം ലഭിക്കുന്നില്ല. അവർ ഇന്ത്യൻ പൗരന്മാരായി തുടരുന്നു. മാലദ്വീപിലെ കോടതികളിൽ അവരുടെ ഭർത്താക്കന്മാർക്ക് പരിഗണന ലഭിക്കുകയും അവർ പറയുന്നത് ദ്വീപിലെ കോടതികൾ അംഗീകരിക്കുകയും ചെയ്യുന്നു. ഇന്ത്യയിലേക്ക് കയറ്റി വിടുമെന്ന പ്രതീക്ഷയിൽ മാലെയിൽ കഴിയുന്ന ഒട്ടേറെ സ്ത്രീകളുടെ വിവരങ്ങൾ നോർക്കയുടെ കൈവശമുണ്ട്. തിരുവനന്തപുരം, കൊല്ലം സ്വദേശികളാണ് ഇവരിൽ അധികവും. തിരുവനന്തപുരത്തു നിന്നും വിമാനമാർഗ്ഗം വെറും നാല്പത്തഞ്ച് മിനിട്ട് യാത്ര ചെയ്താൽ എത്തുന്ന ഒരു സാർക്ക് രാജ്യത്തിലാണ് കല്ല്യാണ ദല്ലാളുമാരാൽ ചതിക്കപ്പെട്ട് നരകജീവിതം നയിക്കുന്ന ഒരു പറ്റം ഇന്ത്യൻ സ്ത്രീകളുള്ളതെന്ന വാർത്ത അമ്പരപ്പിക്കുന്നതാണ്.

ഒരു കേസിന്റെ ചാരബാക്കി

ഹിതദുവിലെ കോറൽ മണ്ണ് ചവിട്ടി തപാലാപ്പീസ് ലക്ഷ്യമാക്കി നടക്കുന്നതിനിടെ സുഹൃത്ത് ഒരു വീട്ടി ലേക്ക് വിരൽ ചൂണ്ടി : 'അത് നമ്മുടെ വിദ്യാർത്ഥി നീലയുടെ വീടാണ്. നീലയുടെ ബന്ധുവാണ് മറിയം റഷീദ. മറദുവിൽ നിന്നും അവർ ഈ വീട്ടിൽ വരാറുണ്ട്.'

മറിയം റഷീദ, ഫൗസിയ ഹസ്സൻ എന്നീ മാലെ വനിതകൾ ഉൾപ്പെട്ട കേസാണല്ലോ ചാരക്കേസ്. ഇന്ത്യയുടെ ക്രയോജനിക് സാങ്കേതികവിദ്യ ചോർത്താൻ നിയോഗിക്കപ്പെട്ട ചാരവനിതകൾ! നമ്പി നാരായണൻ എന്ന ഒരു പാവം ശാസ്ത്രജ്ഞനെ ഗൂഢാ ലോചനയിൽ കുടുക്കി മെനഞ്ഞെടുത്ത ഒന്നാന്തരം ത്രില്ലർ. മസാ ലക്കഥകൾ പടച്ചുവിടാൻ കുറേ പേനയുന്തികളും.

1994 ഒക്ടോബർ 8 നാണ് മറിയം റഷീദ തിരുവനന്തപുരത്തെ സിറ്റി പോലീസ് കമ്മീഷണറുടെ ആസ്ഥാനത്തോടനുബന്ധിച്ചുള്ള വിദേശികളുടെ രജിസ്ട്രേഷൻ ഓഫീസിൽ തന്റെ വിസയുടെ കാലാവധി തീരാൻ പോകുന്നതിനാൽ അത് നീട്ടിക്കിട്ടണമെന്ന ആവശ്യവുമായി എത്തുന്നത്. മാലദ്വീപ് പൗരന്മാർക്ക് ഇന്ത്യയിൽ എത്തിയതിനുശേഷം വിസ ചട്ടങ്ങളിൽ 90 ദിവസത്തെ ഇളവു ണ്ട്. അതിനുശേഷം തുടരാനുള്ള ഔദ്യോഗിക അംഗീകാരം വാങ്ങിയാൽ മതി. ഒക്ടോബർ 17 നാണ് മറിയം റഷീദയുടെ വിസയുടെ കാലാവധി തീരുക. അതിനാൽ മാലദ്വീപിലേക്കുള്ള വിമാനടിക്കറ്റ് അവർ ആ ദിവസത്തേക്ക് ബുക്ക് ചെയ്തിരുന്നു. എന്നാൽ പ്ലേഗ്ഭീതി കാരണം ആ ദിവസത്തെ വിമാനങ്ങൾ റദ്ദു ചെയ്യുകയാണുണ്ടായത്. വിദേശ രജിസ്ട്രേഷൻ ഓഫീസിലെ

ഒരു ഉദ്യോഗസ്ഥൻ മറിയം റഷീദയുടെ പാസ്പോർട്ടും ടിക്കറ്റും തടഞ്ഞു വച്ചു. രണ്ടു ദിവസത്തിനുശേഷം അയാൾ മറിയം റഷീദ തന്റെ സുഹൃത്ത് ഫൗസിയ ഹസ്സനുമൊന്നിച്ച് താമസിക്കുന്ന ഹോട്ടൽ സാമ്രാട്ടിലെ 205-ാം നമ്പർ മുറിയിലെത്തി. റഷീദ അവകാശപ്പെടുന്നത് ഇൻസ്പെക്ടറുടെ കാമാഭ്യർത്ഥനകളെ നിരസിച്ചതു കൊണ്ടാണ് തനിക്കെതിരേ അയാൾ പ്രതികാരം ചെയ്തത് എന്നാണ്. ഒക്ടോബർ 20 ന് മറിയം റഷീദയെ കമ്മീഷണറുടെ കാര്യാലയത്തിൽ വിളിച്ചുവരുത്തി അറസ്റ്റു ചെയ്ത് കേസ് രജിസ്റ്റർ ചെയ്തു.

1994 മാർച്ച് 13 നാണ് ചാരവൃത്തി ആരോപിച്ചുകൊണ്ടുള്ള കേസ് രജിസ്റ്റർ ചെയ്യപ്പെടുന്നത്. ഐ എസ് ആർ ഒ യിലെ ശാസ്ത്രജ്ഞരായിരുന്ന നമ്പി നാരായണൻ, ശശികുമാർ, ബാംഗ്ലൂർ ആസ്ഥാനമായി പ്രവർത്തിച്ചിരുന്ന ബിസിനസ്സുകാരൻ എസ് എസ് ശർമ്മ, റഷ്യൻ ബഹിരാകാശ ഏജൻസി ഗ്ലാവ്കോസ്മോസിന്റെ പ്രതിനിധി ചന്ദ്രശേഖർ എന്നിവരാണ് മറിയം റഷീദക്കും ഫൗസിയ ഹസ്സനുമൊപ്പം പ്രതികളായത്. ഹോട്ടൽ സാമ്രാട്ടിൽനിന്ന് കണ്ടെത്തിയ ടെലഫോൺ ബില്ലുകളിൽ മറിയം റഷീദ ശാസ്ത്രജ്ഞൻ ശശികുമാറിനെ നിരന്തരം വിളിച്ചതിന്റെ തെളിവുകളുണ്ടെന്ന് ഇൻസ്പെക്ടർ അവകാശപ്പെട്ടു. സംശയകരമായ ഒട്ടേറെ കാര്യങ്ങൾ രേഖപ്പെടുത്തിയ ഒരു ഡയറിയും റഷീദയുടെ പക്കൽ നിന്ന് പിടിച്ചെടുത്തതായി അദ്ദേഹം പറഞ്ഞു. മൗമൂൺ അബ്ദുൾ ഖയൂമിനെ സ്ഥാനഭ്രഷ്ടനാക്കാൻ ശ്രമിക്കുന്നവരുടെ പേരുകളും ഈ ഡയറിയിൽ ഉണ്ടായിരുന്നത്രേ. ചോദ്യം ചെയ്യലിൽ ഐ എസ് ഐ ഏജന്റായിരുന്ന കൊളംബോയിൽ താമസിക്കുന്ന സുഹറ എന്ന സ്ത്രീയുമായി റഷീദക്ക് ബന്ധമുണ്ടെന്ന് കണ്ടെത്തിയതായും പോലീസ് അവകാശപ്പെട്ടു. രാജ്യസുരക്ഷ കണക്കിലെടുത്താണ് താൻ മറിയം റഷീദയെ തടഞ്ഞുവച്ചതെന്നും, മറിയം റഷീദയോട് കാമാഭ്യർത്ഥനകൾ നടത്തിയിട്ടില്ലെന്നും, ചോദ്യം ചെയ്യുമ്പോൾ അവരെ പീഡിപ്പിച്ചു എന്ന വാർത്ത ശരിയല്ലെന്നുമാണ് ഇൻസ്പെക്ടർ പറയുന്നത്. 1995 നവംബർ 14 ന് കോടതി നടത്തിയ വിധി പ്രസ്താവത്തിൽ മറിയം റഷീദയുടെ പാസ്പോർട്ടും ടിക്കറ്റും മനപൂർവ്വം തടഞ്ഞുവച്ച് അവരെ രാജ്യം വിടുന്നതിൽ നിന്നും വിലക്കി എന്ന് അഭിപ്രായപ്പെടുന്നു. 1996 മെയ് 2 ന് തെളിവുകളുടെ അഭാവത്തിൽ മറിയം റഷീദയെ കോടതി കുറ്റവിമുക്തയാക്കി.

കേരള രാഷ്ട്രീയത്തിൽ ഒട്ടേറെ ചലനങ്ങളുണ്ടാക്കിയ സംഭ

വമായിരുന്നു ചാരക്കേസ്. കെ. കരുണാകരന് മുഖ്യമന്ത്രിപദം രാജിവെക്കേണ്ടി വന്നു. പകരം ഏ കെ ആന്റണി മുഖ്യമന്ത്രിയായി. മുൻ പ്രധാനമന്ത്രി നരസിംഹറാവുവിന് പോലും ചാരക്കേസിന്റെ പിന്നാമ്പുറങ്ങളിൽ പങ്കുണ്ടെന്ന് ആരോപിക്കപ്പെടുന്നു. വൻ തോക്കുകളായിരുന്നത്രേ ചാരക്കേസിനു പിന്നിൽ- പോലീസ്, രാഷ്ട്രീയക്കാർ, ഐ ബി, പത്രക്കാർ തുടങ്ങിയവർ ഉൾപ്പെട്ട ഒരു ദൂഷിതവലയം. റഷ്യയിൽ നിന്നും ഇന്ത്യ സ്വന്തമാക്കിയ ക്രയോജനിക് സാങ്കേതിക വിദ്യയെ തകർക്കുക എന്ന ലക്ഷ്യത്തോടെ അമേരിക്കൻ ചാരസംഘടന സി. ഐ. എ എല്ലാം കൃത്യമായി ഏകോപിപ്പിച്ചു.

⏭

ഇന്നലെകളെ മറക്കുന്ന ഇന്ന്

ഒറ്റവർഷത്തേക്കുള്ള കരാറിലാണ് ദ്വീപിൽ ജോലി ചെയ്യുന്നത്. വർഷം തോറും കരാർ പുതുക്കുകയാണ് പതിവ്. ജനുവരി മുതൽ നവംബർ വരെയാണ് ഒരു അദ്ധ്യയന വർഷം. നവംബർ പകുതിയും ഡിസംബർ മാസം മുഴുവനും കൂടി നാല്പത്തിയഞ്ചു ദിവസത്തെ അവധിയാണ് സാധാരണ കിട്ടാറ്. നവംബറിൽ നാട്ടിലേക്കുള്ള വരവ് പല കാരണങ്ങളാലും വ്യത്യസ്തമാണ്. വിവിധ ദ്വീപുകളിലുള്ള അദ്ധ്യാപകർ മുഴുവൻ ഈ സമയത്ത് തലസ്ഥാനമായ മാലെയിൽ എത്തും. മാലെയുടെ മുക്കും മൂലയും അദ്ധ്യാപകരെ കൊണ്ടു നിറയും.'ആത്തമ്മപാലസിലും', 'ബ്രൂണഗെ'യിലും മറ്റു ലോഡ്ജുകളിലും സൂചികുത്താൻ സ്ഥലമുണ്ടാവില്ല. തലസ്ഥാനത്തെ കടകളിലെല്ലാം കയറിയിറങ്ങും, ഷോപ്പിങ്ങ് ചെയ്യും.

മജ്‌ലിസ് എന്നു പേരുള്ള പാർലമെന്റ് കാണും. പ്രസിഡണ്ടിന്റെ കൊട്ടാരം കാണും. ബോട്ടുജെട്ടിക്കു സമീപമുള്ള, ചുവപ്പ് സമചതുരത്തിനുള്ളിലെ പച്ചയിൽ വെള്ള തേങ്ങാപ്പൂൾ ചന്ദ്രനെ ആലേഖനം ചെയ്ത കൂറ്റൻ കൊടിയുടെ മുകളിലേക്ക് നോക്കും. റിപ്പബ്ലിക്ക് സ്ക്വയറിലെ വെട്ടിയൊതുക്കിയ പുൽമൈതാനത്തിനു സമീപമുള്ള ജലധാരക്കരികിലിരുന്നാൽ കാറ്റേറ്റ് പറക്കുന്ന കൂറ്റൻ പതാക വ്യക്തമായി കാണാം. കടലിനഭിമുഖമിരുന്നു മടുത്താൽ പിറകോട്ട് തിരിയും. അവിടെ പേടിപ്പെടുത്തുന്ന ജയിൽ കാണാം. സ്വാതന്ത്ര്യം എന്ന വാക്ക് ഉച്ചരിച്ചവരെയൊക്കെ ആ ഇരുട്ടറയിൽ അടച്ചിട്ടുണ്ട്. ജനാധിപത്യത്തിനുവേണ്ടി വാദിക്കുന്നവർ അരാജകവാദികളാണെന്ന് വരുത്തിതീർക്കാനുള്ള ശ്രമം ലോകത്ത് എല്ലായിടത്തും ഒരുപോലെതന്നെയാണ്. സാമ്പത്തികാടിത്തറ തകരു

മെന്നും, രാജ്യത്ത് അസ്ഥിരത വളരുമെന്നും പ്രചരിപ്പിച്ച് ഏകാധിപതികൾ ജനാധിപത്യവാദികളെ വേട്ടയാടും. വ്യക്തി പൂജയെ, ബിംബവൽക്കരണത്തെ പ്രോത്സാഹിപ്പിക്കും. തന്റെ പേര് കൊത്തിവെച്ച ശിലകൾ നാട്ടും. പക്ഷേ, എല്ലാ ഏകാധിപതികളും ഒരുനാൾ ജനാധിപത്യത്തിന് വഴങ്ങേണ്ടിവരും, തീർച്ച.

എന്തൊരു ക്യൂവാണ് തലസ്ഥാനമായ മാലെയിലെ ഭാരതീയ സ്റ്റേറ്റ് ബാങ്കിനു മുന്നിൽ. അവിടെ നിന്നു മാത്രമേ ഇന്ത്യൻ രൂപയിലുള്ള ഡിമാന്റ് ഡ്രാഫ്റ്റ് ലഭിക്കുകയുള്ളൂ. അതിന്റെ തിരക്കാണ്. 'റൂഫിയ'യെ ഇന്ത്യൻ രൂപയിലേക്ക് മാറ്റാതെ ഡോളറിൽ ഡിമാന്റ് ഡ്രാഫ്റ്റ് എടുത്ത് ദ്വീപിലെ തന്റെ ഒരു വർഷത്തെ സമ്പാദ്യം ചിലർ നാട്ടിലെത്തിക്കുന്നു. തങ്ങൾക്ക് ഒരു സഹായവും ലഭിക്കാത്ത ഒന്നാണ് മാലെയിലെ ഇന്ത്യൻ ഹൈക്കമ്മീഷനെന്ന് ചിലർ പരാതിപ്പെടുന്നു. മറ്റു രാജ്യത്തെ ജനങ്ങൾ തങ്ങളുടെ പ്രശ്ന പരിഹാരങ്ങൾക്കായി അവരുടെ എംബസികളെ സമീപിക്കുമ്പോൾ തങ്ങളുടെ യാതൊരു തരത്തിലുള്ള പ്രശ്ന പരിഹാരങ്ങളിലും ഹൈകമ്മീഷൻ ഇടപ്പെടുന്നില്ല. ഐ. ജി. എം. എച്ച്-ഇന്ദിരഗാന്ധി മെമ്മോറിയൽ ഹോസ്പിറ്റൽ- ഇന്ത്യൻ സർക്കാർ പണികഴിപ്പിച്ചുകൊടുത്ത ആശുപത്രി, മാലെയിൽ തലയെടുപ്പോടെ നിൽക്കുന്നു. രാജ്യത്തെ പ്രസിദ്ധമായ 'വെള്ളിയാഴ്ച്ച പള്ളി' മുതൽ ആധുനികരീതിയിലുള്ള പള്ളികൾ വരെ തലസ്ഥാനത്തുണ്ട്. വിശുദ്ധ റംസാൻ മാസത്തിൽ പല രാജ്യങ്ങളിൽ നിന്നുമെത്തുന്ന പണ്ഡിതരെ ഇവിടെ ആദരിക്കുന്നു.

പ്രകൃതിയെ ആരാധിക്കുന്ന റെദിനുകളാണ് ദ്വീപിൽ ആദ്യമുണ്ടായിരുന്നത്. പിന്നീട് ശ്രീലങ്കയിൽ നിന്നും ഇന്ത്യയിൽ നിന്നും ബുദ്ധമതം പ്രചരിച്ചു. എന്നാൽ ബുദ്ധമതത്തിന്റെ ശേഷിപ്പുകളൊന്നും നമുക്ക് ഇന്ന് ദ്വീപിൽ കാണാനാവില്ല. ദ്വീപ് ഭരണകൂടമോ, ജനങ്ങളോ തങ്ങളുടെ ഭൂതകാലത്തിന് യാതൊരു പ്രാധാന്യവും കല്പിക്കുന്നില്ല. രാജ്യം ഇസ്ലാംമതം സ്വീകരിച്ചതിനു പിന്നിൽ ഒരു മിത്ത് ഒളിഞ്ഞു കിടക്കുന്നു. റണ്ണമാരി എന്ന കടൽജിന്നിന്റെ കഥ. ബുദ്ധമതം പ്രചരിച്ചിരുന്ന ദ്വീപുരാഷ്ട്രം ഇസ്ലാംമതത്തിലേക്ക് പരിവർത്തനം ചെയ്തത് റണ്ണമാരി എന്ന ജലപ്പിശാചിനെ അബുബറാക്കത്ത് എന്ന വിശ്വാസി തളച്ചതോടുകൂടിയാണ്.

II

ഭാഗം രണ്ട്

റണ്ണമാരി

കടൽ മരുഭൂമിയുടെ ആഴങ്ങളിൽനിന്നും മെല്ലെമെല്ലെ മുകളിലേക്ക് തുഴഞ്ഞെത്തി കടൽപ്പരപ്പിൽ നിന്നും മാറി ദ്വീപിന് അഭിമുഖമായി അത് നിന്നു. അതിന്റെ കണ്ണുകളിൽ വിശാലമായ സമുദ്രം നിർത്താതെ അലയടിച്ചുകൊണ്ടിരുന്നു. മുഖം സ്ഫോടനാത്മകമായ അഗ്നിപർവ്വതത്തെ ഓർമ്മിപ്പിച്ചു. കള്ളിമുൾച്ചെടികൾ പോലെയുള്ള അതിന്റെ കൈകാലുകൾ തുളഞ്ഞിറങ്ങാനായി ഇരയെ കാത്തുകിടന്നു.

വേച്ച് വേച്ച് അത് മുന്നോട്ട് നടന്നു. പൂഴിയിൽ നിന്ന് കാലുകൾ പറിച്ചെടുത്ത് മിന്നൽ വേഗങ്ങളെ കൈകളിലേക്ക് പ്രവഹിപ്പിച്ച് അക്ഷമനായി മുരണ്ടുകൊണ്ടേയിരുന്നു. കാലുകളമർന്ന് ഉരുവപ്പെട്ട കുഴികളിൽ നിന്നും ഞണ്ടുകൾ ഭീതിയോടെ സുരക്ഷക്കായി പാഞ്ഞു. വിഹാരങ്ങളെ ലക്ഷ്യമാക്കി, ഇരുട്ടിന്റെ മൂടുപടമണിഞ്ഞ്, ദംഷ്ട്രകളിൽ മാംസക്കൊതിയോടെ, രക്തദാഹത്തോടെ അത് ചീറിയടുത്തു. അലമുറകളാൽ ആനയിക്കപ്പെട്ട് ഒരു അഭിശപ്തജന്മം മുഖ്യവിഹാരത്തിന്റെ കവാടം കടന്ന് ബലിക്കല്ലിൽ തർപ്പണം കാത്തുകിടന്നു. ഇടിമുഴക്കത്തോടെ അലറി, ഭീതി വിതച്ച്, കടൽപിശാച് കന്യകയെ അപഹരിച്ചു. തുടർന്ന് കടലിന്റെ ആഴങ്ങളിലേക്കും, പരപ്പുകളിലേക്കും അപ്രത്യക്ഷനായി. മീസാൻകല്ലുകൾ ഉയർന്നു നിൽക്കുന്ന ഒരു ശ്മശാനം പോലെ ദ്വീപ് വിറങ്ങലിച്ചു നിന്നു. സമൃദ്ധമായ തെങ്ങിൻതലപ്പുകൾ മുതൽ കണ്ടൽച്ചെടികൾ വരെ കാറ്റിനായി കൊതിച്ചു. ഉഷ്ണം പുകഞ്ഞ് മഞ്ഞിൻപാളികൾ പോലെ ദ്വീപിനെ ആവരണം ചെയ്തു. നിലാവൊളിച്ച മാളങ്ങൾ പരതി മേഘങ്ങൾ ആകാശത്തിൽ അലഞ്ഞു നടന്നു. ഗദ്ഗദങ്ങൾ നിലച്ചപ്പോൾ ദ്വീപ് പേടിസ്വപ്നം കണ്ട് ഞെട്ടിയെണീറ്റ പോലെ അമ്പരന്നു നിന്നു.

ഇരുട്ട്; ഭീതിപോലെ, അബോധം പോലെ

നിയാസ് ദ്വീപിന്റെ ചരിത്രം വിവരിച്ചു തരികയായിരുന്നു. അബോധത്തിൽ നിന്നും ഭീതി കുടഞ്ഞെറിഞ്ഞ് അവൻ നിവർന്നിരുന്നു. തന്റെ കട്ടിക്കണ്ണട ഊരി ഷർട്ടിന്റെ തുമ്പിൽ തുടച്ച് മുഖത്ത് ചോദ്യച്ചാലുകൾ വീഴ്ത്തി : 'ശരിക്കും റണ്ണമാരിയിൽ നിന്നും മോചിപ്പിക്കപ്പെട്ടതാണ് ഈ ദ്വീപ് എന്ന് നീ കരുതുന്നുണ്ടോ'?

ഞാൻ കടലിലേക്ക് നോക്കി. അനാദിയായി പരന്നു കിടക്കുന്ന കടൽ. ദ്വീപു ജനതയുടെ മുഖ്യ ആഹാരമായ മത്സ്യങ്ങളെ ഗർഭത്തിൽ പേറുന്ന കടൽ. യുക്തിയെ കൂട്ടുപിടിച്ച് ഞാൻ മറുപടി പറഞ്ഞു: 'റണ്ണമാരി' 'ഹാണ്ടി'* എന്നതൊക്കെ വെറും രൂപകങ്ങളാണ്. കടലിൽ നിന്നും തിമിംഗലങ്ങൾ ഉയരും പോലെ, കൂറ്റൻ സ്രാവുകൾ സമുദ്രത്തിന്റെ ഉപരിതലത്തിലേക്ക് വരുംപോലെ, മനസ്സിന്റെ ആഴങ്ങളിൽ നിന്നും ഭീതി പുറത്തേക്കു വരുന്നു. മനസ്സ് കടലാണ്. അബോധത്തിന്റെ ആഴങ്ങളിൽ നിന്നും രൂപത്തെ, പ്രതിനിധാനത്തെ അത് പുറത്തേക്ക് തികട്ടുന്നു. മനസ്സിന്റെ മച്ചിൻപുറങ്ങളിൽ നിന്നും ഭയം രൂപത്തെ തോറ്റിയുണർത്തുന്നു'.

സശ്രദ്ധം ചെവികൾക്കിടയിലേക്ക് കണ്ണടക്കാലുകൾ നിക്ഷേപിച്ച് ഉദാസീനഭാവത്തിൽ നിയാസ് ഇങ്ങനെ പറഞ്ഞു: 'ഇനി എനിക്ക് പറയാനുള്ളത് സാമൂഹികവും, സാംസ്ക്കാരികവും, രാഷ്ട്രീയവുമായ ചരിത്രമാണ്. ദ്വീപിന്റെ ശരീരത്തിലേക്ക് കാലാകാലങ്ങളിൽ മാറിമാറി ആവേശിക്കപ്പെട്ട പലതരം ഹാണ്ടികളെക്കുറിച്ച്. ഒറ്റ വ്യത്യാസം മാത്രം. അവർ സമുദ്രത്തിന്റെ ആഴങ്ങ

ളിൽ നിന്നല്ല ജന്മം കൊണ്ടത്, മറിച്ച് ഇവിടത്തെ സാമൂഹിക പരിസരങ്ങളിൽ നിന്നാണ്.'

നിലത്തുനിന്നും കോറൽ കല്ലുകൾ പെറുക്കിയെടുത്ത് കൈവെള്ളയിൽ വെച്ച് ഇടത്തെ കയ്യിൽ നിന്നും വലത്തെ കയ്യിലേക്ക് മാറ്റി പിന്നെ ദൂരത്തേക്ക് വലിച്ചെറിഞ്ഞു കൊണ്ട് നിയാസ് പറഞ്ഞു: 'റണ്ണമാരി വെറും കെട്ടുകഥ തന്നെ. പക്ഷേ ആ കഥ ആരുണ്ടാക്കി? എന്തിനു വേണ്ടി? കന്യകയെ ബലി നൽകാൻ, ഒരു പ്രത്യേക ദിവസം നൽകിക്കൊണ്ടേയിരിക്കാൻ, ഒരു നിഷ്കളങ്ക ജനതയെ ആരു പ്രേരിപ്പിച്ചു? കടൽപിശാചിന്റെ മുഖംമൂടിക്കുള്ളിൽ ഒളിച്ചിരുന്ന് ദ്വീപിന്റെ മാനം കവർന്നവർ അനവധി. കന്യകമാരെ കുറുമ്പ** പോലെ ഊറ്റിക്കുടിച്ച് ഉപേക്ഷിച്ചവർ.'

നിയാസ് സൈക്കിളിന്റെ പെഡലുകൾ നേരെയാക്കിക്കൊണ്ട് സീറ്റിൽ ഇരുന്നു. പിന്നെ വിജനമായ ദ്വീപിന്റെ വഴികളിലൂടെ മുന്നോട്ടു ചവിട്ടി. ലഗൂണിൽ വിശ്രമിച്ചിരുന്ന ബോട്ടിൽ നിന്നും ഒരാൾ പുറത്തിറങ്ങി. ബോട്ടുജെട്ടിയുടെ സിമന്റ് പ്രതലത്തിൽ വച്ച് ചൂരമീൻ മുറിച്ച് കഷ്ണങ്ങളാക്കി അയാൾ തിരിച്ച് ബോട്ടിലേക്കു തന്നെ കയറിപ്പോയി. ഇരുട്ട് മെല്ലെമെല്ലെ വ്യാപിക്കുന്നുണ്ടായിരുന്നു, ഭീതി പോലെ, അബോധം പോലെ.

⏭

*പ്രേതം
** ഇളനീർ

ദ്വീപിനെ ബറാക്കത്ത് സ്വതന്ത്രമാക്കുന്നു

ജപമാലയിൽ തിരുപ്പിടിച്ച് പരിശുദ്ധ ഖുറാൻ സൂക്തങ്ങൾ ഉരുവിട്ടു കൊണ്ട് അബു ബറാക്കത്ത് വിജനമായ ദ്വീപു വഴികളിലൂടെ മുന്നോട്ടു നടന്നു. സൂക്തങ്ങൾ ബറാക്കത്തിന്റെ ചുണ്ടുകളിൽ നിന്നും കാറ്റേറ്റെടുത്ത് ദ്വീപുകളിലേക്ക് വീശിയടിപ്പിക്കാൻ തയ്യാറെടുത്തു. ഓലമേഞ്ഞ വീടുകൾ. പവിഴപ്പുറ്റ് കല്ലുകൾ കൊണ്ടും മണ്ണു കൊണ്ടും നിർമ്മിക്കപ്പെട്ട വീടുകൾ. മീൻപിടുത്തം തൊഴിലാക്കിയ നിസ്വരായ ജനങ്ങളുടെ ലളിതമായ വാസസ്ഥലങ്ങൾ. വിജനമായ പകലിലേക്ക് പൊള്ളുന്ന കാലടികളോടെ ബറാക്കത്ത് നടന്നുകൊണ്ടേയിരുന്നു. ദ്വീപിന്റെ ഏതാണ്ട് മധ്യഭാഗത്തെത്തിയപ്പോൾ ബറാക്കത്ത് കാതോർത്തു. ഒരു നേർത്ത കരച്ചിലിന്റെ ശബ്ദം. വീടിന്റെ ചുമരുകൾക്കപ്പുറത്തേക്ക് അരിച്ചിറങ്ങുന്ന ഒരമ്മയുടെ കരച്ചിൽ. പിന്നെ ഒരു മകളുടെ കരച്ചിൽ. ജപമാലയിൽ മുറുകെ പിടിച്ച് താടി തടവി ബറാക്കത്ത് നിന്നു. പിന്നെ മെല്ലെ ആ വീട്ടിനുള്ളിലേക്ക് പ്രവേശിച്ചു. നിലത്ത് തളർന്നു കിടക്കുന്ന ഒരമ്മ. കണ്ണീർ ചാലുകളിൽ കലങ്ങിയ മുഖം. സമീപത്ത് ഏങ്ങലടിക്കുന്ന മകൾ. എന്തുപറ്റിയെന്ന് ബറാക്കത്ത് ആംഗ്യഭാഷയിൽ ആശയവിനിമയം നടത്തി. അന്നുരാത്രി റണ്ണമാരിയുടെ ഇരയായിരുന്നു ആ അമ്മയുടെ മകൾ. ബലി നൽകേണ്ട കന്യക. കടൽപിശാചിന്റെ ദംഷ്ട്രകളിൽ ചിതറിപ്പോകേണ്ടവൾ. വിഹാരത്തിന്റെ ബലിക്കല്ലിൽ കിടക്കേണ്ട തർപ്പണശരീരം. തനിക്ക് എന്നെന്നേക്കുമായി തന്റെ മകളെ നഷ്ടപ്പെടാൻ പോകുകയാണല്ലോ എന്ന് ആ അമ്മ വിലപിച്ചു. ബറാക്കത്ത് അവരെ ആശ്വസിപ്പിച്ചു. വിശുദ്ധ ഖുറാൻ സൂക്തങ്ങൾ ചൊല്ലി. പരിശുദ്ധ ഖുറാൻ ആദ്യമായി കേട്ട അവർ മനസ്സിലെവിടെയോ തകർന്നു വീഴുന്ന

മതിലുകളെ അറിഞ്ഞു. ദ്വീപിൽ പൊഴിഞ്ഞു വീണ ഒരു പക്ഷിത്തൂവൽ പോലെ ഭാരമില്ലാതെ ദു:ഖങ്ങളിറക്കി അവർ ഇരുന്നു.

വേഷപ്രച്ഛന്നനായി ബറാക്കത്ത് രാത്രി ബലിക്കല്ലിനെ ലക്ഷ്യമാക്കി നടന്നു. കന്യകയുടെ രൂപത്തിൽ ബലിക്കല്ലിൽ തല കുമ്പിട്ടിരുന്നു. ദിക്കു പിളർക്കുന്ന ഒച്ചയോടെ ഒരു രൂപം തുഴഞ്ഞെത്തി. അതിന്റെ കണ്ണുകളിൽ നിന്നും അഗ്നിസ്ഫുലിംഗങ്ങൾ ചിതറിത്തെറിച്ചു. രോമകൂപങ്ങൾ കാരമുള്ളുകൾ പോലെ എഴുന്നു നിന്നു. രക്തദാഹത്തെ മുന്നിട്ട് കാമം അതിനെ ഉദ്ധൃതമാക്കി. ബലിക്കല്ലിന് അടുത്തെത്തി അത് കന്യകയുടെ മൂടുപടം വലിച്ചു കീറി. അടുത്ത നിമിഷം ഞെട്ടി പിന്നോട്ടാഞ്ഞു. കയ്യിൽ ജപമാലയും, ചുണ്ടിൽ പരിശുദ്ധ ഖുറാൻ സൂക്തങ്ങളുമായി ഒരാൾ. അടഞ്ഞ കണ്ണുകളിൽ നിന്നും മുഖത്തേക്ക് ഒഴുകിപ്പരക്കുന്ന തേജസ്സ്.

റണ്ണമാരി ഒന്നു പിടഞ്ഞു. വിശുദ്ധ ഖുറാൻ സൂക്തങ്ങൾ വൈദ്യുതാഘാതം പോലെ അതിന് അനുഭവപ്പെട്ടു. വിണ്ടു കീറിയ പാദങ്ങളിൽ നിന്നും മുൾശരീരത്തിലേക്ക് ഒരു തളർച്ച പടർന്നിറങ്ങി. സമുദ്രം അലയടിക്കുന്നതു പോലെ അതിന്റെ കിതപ്പ് അന്തരീക്ഷത്തിൽ മുഴങ്ങിക്കേട്ടു. ഒറ്റ നിമിഷം, അബു ബറാക്കത്ത് കണ്ണു തുറന്ന് റണ്ണമാരിയെ നോക്കി. ബറാക്കത്തിന്റെ കണ്ണുകളിൽ നിന്നും ഒരു ചൈതന്യം അതിനെ പൊതിഞ്ഞു. വേച്ചു വേച്ച് റണ്ണമാരി തിരിഞ്ഞു നടന്നു. പിന്നെ കര അവസാനിക്കുന്നിടത്ത് കടൽത്തിരമാലകളുടെ മുഴക്കങ്ങൾക്കു മീതെ സർവ്വ ശക്തിയും സംഭരിച്ച് പ്രാണവേദനയോടെ അലറി. എന്നിട്ട് കടലിന്റെ ആഴങ്ങളിലേക്ക് ഊളിയിട്ടു. അന്നു മുതൽ കന്യകമാർക്കൊപ്പം ദ്വീപും സ്വതന്ത്രമായി. രാജ്യം ഭരിച്ചിരുന്ന ബുദ്ധമതാനുയായിയായിരുന്ന ഭരണാധികാരി ഇസ്ലാം മതം സ്വീകരിച്ചു.

⏭

ചരിത്രം എന്ന വ്യവഹാരം

“ചരിത്രം കെട്ടുകഥയാണ്. വെറും നിർമിതി. പ്രാക്തനകാലം തൊട്ട് നാളിതുവരെയുള്ള ചരിത്രം അഭിരുചികളുടെ ചരിത്രമാണ്. ഓരോരുത്തരുടെയും അഭിരുചിക്കനുസരിച്ച് എഴുതപ്പെട്ടവ. കാലാകാലങ്ങളിൽ അധീശ വർഗ്ഗം അതിന് ആധികാരികത നൽകുന്നു. കൊട്ടാരം ചരിത്രകാരന്മാരായാലും, സമകാലികരായാലും തീർത്തും വൈയക്തികമാണ് ചരിത്രം. കണ്ടെത്തലുകളിലും, അന്വേഷണങ്ങളിലും രീതി ശാസ്ത്രത്തിന്റെ തിരഞ്ഞെടുപ്പുകളിലുമെല്ലാം സ്വന്തം ഇഷ്ടാനിഷ്ടങ്ങൾ നിഴലിക്കുന്നു. അവ അറിവധികാരത്തിന്റെ കമ്പോളത്തിലേക്ക് വിപണനത്തിനെത്തുന്നു. പുറമ്പോക്കുകളിൽ ജീവിക്കുന്നവരെ തമസ്ക്കരിച്ചുകൊണ്ട് ഉപരിവർഗ്ഗം അവരുടെ അധികാരം അരക്കിട്ടുറപ്പിക്കുന്നു. പ്രകടനങ്ങളിലൂടെ, വിളംബരങ്ങളിലൂടെ, ഘോഷയാത്രകളിലൂടെ, സംഘം ചേരലുകളിലൂടെ, ഇതിലൊന്നും പെടാത്തവനെ മൃഗതൃഷ്ണയോടെ ആക്രമിക്കുന്നു. അതിനെ ന്യായീകരിച്ച് പുതിയ ഭാഷ്യം ചമയ്ക്കുന്നു. കൂട്ടത്തിൽ നിന്നും തെന്നിമാറുന്നവനെ അടിച്ചു വീഴ്ത്തുന്നു, വെട്ടി നുറുക്കുന്നു. ചരിത്രം വേട്ടനായ്ക്കളാണ്. ഇരയെ നിർദാക്ഷീണ്യം അവ കടിച്ചുകീറുന്നു.”

നിയാസ് എന്നെ സാകൂതം കേട്ടിരുന്നു. എന്നിട്ട് തന്റെ കട്ടിക്കണ്ണട കയ്യിൽ ചുഴറ്റിക്കൊണ്ട് പറഞ്ഞു: “ചരിത്രം വ്യവഹാരമാണ്. കാലഘട്ടങ്ങളെ, സംഭവ വികാസങ്ങളെ, അത് ഭാഷയിലൂടെ വിനിമയം ചെയ്യുന്നു.”

റെദിൻ

സൂര്യനെ ആരാധിക്കുന്ന റെദിനുകളായിരുന്നു ദ്വീപിലെ ആദിമവാസികൾ. ദ്വീപ് മൂന്നു പ്രതിഭാസങ്ങളുടെ അതുല്ല്യതയാണ്. കടൽ, സൂര്യൻ, മണൽ. കടലിന്റെ അപ്രമാദിത്വത്തെ തോൽപ്പിക്കുന്നത് സൗരശക്തി മാത്രമാണ്. പരന്നു കിടക്കുന്ന പഞ്ചാരമണൽ കടലിന്റെ ഉപോൽപ്പന്നവും.

ഇരുട്ടിന്റെ കടലിനെ, ഭീതിയെ, ഇല്ലാതാക്കി വെളിച്ചത്തിന്റെ തിളങ്ങുന്ന പഞ്ചാരമണലിലേക്ക് തങ്ങളെ ആനയിച്ച സൂര്യദേവനെ ദ്വീപിലെ ആദിവാസികൾ ആരാധിച്ചു. തേജോമയനും സർവ്വവ്യാപിയുമായ സൂര്യദേവൻ. പ്രത്യാശയുടെ ഭഗവാന് റെദിനുകൾ പഗോഡകൾ നിർമ്മിച്ചു. നേർത്ത ചർമ്മവും, ചെമ്പൻ മുടിയും, വളഞ്ഞ മൂക്കുമായിരുന്നു ഇവരുടെ ശാരീരിക പ്രത്യേകതകൾ. സൂര്യശിലകൾ നിർമ്മിച്ച് ഇവർ ഭഗവാനെ കുടിയിരുത്തി. ദ്വീപസമൂഹത്തിന്റെ പലഭാഗങ്ങളിൽ നിന്നും ലഭിച്ച ക്ഷേത്രാവശിഷ്ടങ്ങൾ പരിശോധിച്ച് കെൻടുക്കി പര്യവേഷകൻ തോർ ഹെയർദാൽ റെദിൻ എന്ന പാഗൻ വിഭാഗം സൂര്യാരാധകരാണെന്ന് അസന്ദിഗ്ദമായി പ്രഖ്യാപിക്കുന്നു. എന്നാൽ സൂര്യശിലകൾ ബൗദ്ധപാരമ്പര്യത്തിന്റെ ഭാഗമാണെന്ന് വാദിക്കുന്നവരുമുണ്ട്.

ഇന്നും ദ്വീപിൽ പ്രകടമായി കാണുന്ന വിശ്വാസങ്ങളും അനുഷ്ഠാനങ്ങളും റെദിൻ എന്ന പാഗൻ ജനത ദ്വീപുകളിലുണ്ടായിരുന്നു എന്ന വാദത്തിന്റെ പ്രത്യക്ഷ തെളിവുകളാണ്. മന്ത്രവാദികൾ ദ്വീപുകളിൽ ഇപ്പോഴുമുണ്ട്. 'ഫണ്ടിത' എന്നാണ് ഇവരെ വിളിക്കാറ്. ജിന്നുകളിലും, ഹാണ്ടികളിലുമൊക്കെയുള്ള വിശ്വാ

സങ്ങളും, മന്ത്രവാദവും മറ്റ് അനുഷ്ഠാനങ്ങളാലുമൊക്കെ പ്രബലമായ ദ്വീപുജീവിതം റെദിനുകളുടെ ബാക്കിപത്രമായി വേണം കരുതാൻ. റണ്ണമാരി എന്ന മിത്തു തന്നെ ദ്വീപുകളിൽ മുമ്പുണ്ടായിരുന്ന നരബലിയുടെ സൂചനകളാവാം. ഏകദേശം ബി. സി 500-ാം ആണ്ടോടുകൂടി റെദിനുകൾ ദ്വീപുകൾ വിട്ടു പോകുകയോ, ശ്രീലങ്കയിൽ നിന്നും വന്ന ബുദ്ധമത വിശ്വാസി കളിൽ ലയിക്കുകയോ ചെയ്തു. ബുദ്ധമത വിശ്വാസികളെ കൂടാതെ ഇന്ത്യയിൽ നിന്നും ഹിന്ദുമത വിശ്വാസികളും ദ്വീ പുകളിലെത്തിയതായി കരുതപ്പെടുന്നു.

⏭

ബൗദ്ധർ

റദിനുകളുടെ ചരിത്രം ഊഹാപോഹങ്ങളിൽ അധിഷ്ഠിതമാണ്. പിന്നെ എപ്പോഴാണ് ദ്വീപിലേക്ക് ബുദ്ധമതം എത്തിയത്? ബുദ്ധമതത്തിന്റെ വരവ് വളരെ സ്വാഭാവികമായ ഒരു പ്രക്രിയ ആയിരുന്നിരിക്കണം. അയൽ രാജ്യങ്ങളായ ഇന്ത്യയിൽ നിന്നും ശ്രീലങ്കയിൽ നിന്നും ഉണ്ടായ പലായനങ്ങളാണ് ദ്വീപിലെ ബുദ്ധമതത്തിന്റെ അടിസ്ഥാനം. ഗുജറാത്തിൽ നിന്നും നാടുകടത്തപ്പെട്ട ഒരു രാജാവും പരിവാരങ്ങളുമാണത്രേ ആദ്യം ദ്വീപുകളിലെത്തിയത്. അവരിലേക്ക് സിലോണിൽ നിന്നുള്ള കൂടിച്ചേരലുകൾ. ഇന്ത്യൻ മഹാസമുദ്രത്തിലൂടെയുള്ള കപ്പൽയാത്രകളുടെ ഇടത്താവളമായതുകൊണ്ട് ഈ ദ്വീപുകൾ എല്ലാവരെയും രണ്ടു കൈയ്യും നീട്ടി സ്വീകരിച്ചു. അറബികളും, ആഫ്രിക്കക്കാരുമെത്തി. ആരാലും കോളനിവൽക്കരിക്കപ്പെടാതെ, വിവിധ ഭൂഖണ്ഡങ്ങളിൽ ചോരക്കപ്പലുകൾ ഓടിയപ്പോൾ, ദ്വീപുകളിൽ മെല്ലെ മെല്ലെ ഒരു സവിശേഷ പൗരസമൂഹം ഉടലെടുത്തു.

ബുദ്ധമതത്തിൽ നിന്നും ഇസ്ലാം മതത്തിലേക്കുള്ള പരിവർത്തനം സംഭവിക്കുന്നത് അറബ് കച്ചവടക്കാരുടെ വരവോടെയാണ്. റണ്ണമാരിയിൽ നിന്ന് ദ്വീപ് രാഷ്ട്രത്തെ രക്ഷിച്ച ബറാക്കത്ത് ഇസ്ലാംമതത്തിന്റെയും വാഹകനായിരുന്നു. പ്രാചീന ഗോത്രവർഗ്ഗങ്ങൾക്കിടയിൽ നിലനിന്നിരുന്ന നരബലി നിർത്തിയത് അദ്ദേഹത്തിന്റെ ഇടപെടൽ മൂലമായിരിക്കാം.

ഒരുപാട് ബൗദ്ധക്ഷേത്രങ്ങളും വിഹാരങ്ങളും പല ദ്വീപുകളിലായി കണ്ടെത്തിയിട്ടുണ്ട്. ഈ പുരാതനാവശിഷ്ടങ്ങൾ സംരക്ഷിക്കാൻ ജാഗ്രത കാട്ടുന്നില്ലെന്നു മാത്രമല്ല, അറബ് പാരമ്പ

ര്യത്തെ ഉയർത്തിക്കാട്ടി പൂർവ്വ പാരമ്പര്യങ്ങളെ തമസ്ക്കരിക്കുകയുമാണ് ദ്വീപു ഭരണകൂടം ചെയ്യുന്നത്.

ഇസ്ലാംമതം സ്വീകരിച്ച കാലത്ത് സോമവംശം അഥവാ മലയവംശമായിരുന്നു രാജ്യം ഭരിച്ചിരുന്നത്. 169 വർഷവും മൂന്നു മാസവും ഭരിച്ച ഈ രാജവംശത്തിൽ പതിനാറ് രാജാക്കന്മാരുണ്ടായിരുന്നു. ഈ രാജവംശത്തിൽ നിന്നാണ് മാലെ എന്ന പേരുണ്ടായത്. ഏ ഡി. 1153-54 ൽ ഇസ്ലാംമതം സ്വീകരിച്ചപ്പോൾ ദൊവെമി കലമിഞ്ജയായിരുന്നു രാജാവ്. ദ്വീപുകളിൽ ഇസ്ലാംമതം പ്രചരിച്ചത് പതുക്കെയായിരുന്നു.

പറങ്കികൾ

സോമവംശത്തിനു ശേഷം രാജ്യം ഭരിച്ച രണ്ടാമത്തെ രാജവംശം വീറു ഉമറിന്റേതായിരുന്നു. അഞ്ച് സുൽത്താന്മാർ ഈ കാലയളവിൽ രാജ്യം ഭരിച്ചു. മൂന്നാമത്തേത് ഹിലാലിവംശമായിരുന്നു. ഇരുപത്തിനാല് സുൽത്താൻമാർ ഹില ാലി വംശത്തിൽ നിന്നും നാട് ഭരിച്ചു. സുൽത്താൻ അലി ആറാമന്റെ മരണത്തോടെ ഹിലാലി രാജവംശം അവസാനിക്കുകയും പോർച്ചുഗീസുകാർ രാജ്യം പിടിച്ചടക്കുകയും ചെയ്തു.

മീൻ പിടിച്ചും ഉണക്കമീൻ കച്ചവടം ചെയ്തും ജീവിച്ച ദ്വീപുവാസികൾക്ക് കൊല്ലും കൊലയും അന്യമായിരുന്നു. അസ്തമയ സൂര്യന്റെ ചുവപ്പു നിറം മാത്രം കണ്ടു ശീലിച്ച പാവം മുക്കുവർക്ക് ചോരച്ചുവപ്പിന്റെ ഭീകരത കാണിച്ചു കൊടുത്തത് പോർച്ചുഗീസുകാരായിരുന്നു. 1498 ൽ വാസ്ക്കോഡഗാമ കോഴിക്കോട് കപ്പലിറങ്ങിയതോടെ ദ്വീപിന്റെ നീലാകാശക്കടലിലേക്ക് ചുവന്ന തിരമാലകൾ ആഞ്ഞടിച്ചു. വിൻസെന്റ് സൊഡ്രെ മാലദ്വീപിന്റെ മലബാറുമായുള്ള കച്ചവടം 1503 ൽ റദ്ദു ചെയ്തു. സൊഡ്രെയുടെ ഉത്തരവ് ലംഘിച്ച് കടലിലിറങ്ങിയ നൂറോളം വരുന്ന ദ്വീപുകാരെ പറങ്കികൾ ചുട്ടുകൊന്നു. തീയാളുന്ന തോണികളിൽ ജീവനുവേണ്ടി പിടയുന്ന പാവപ്പെട്ട ജനങ്ങൾ. വാവിട്ടു നിലവിളിച്ചുകൊണ്ട് കരയിൽ നിന്നും ഈ കാഴ്ച്ച കണ്ടവർ പറങ്കിഭീകരതയുടെ തുടക്കം മാത്രമാണതെന്ന് അറിഞ്ഞിരുന്നില്ല.

മലബാറിലെ സുഗന്ധദ്രവ്യങ്ങൾ പോലെ ദ്വീപിൽ പറങ്കികൾ കണ്ടത് കക്കകളായിരുന്നു. പണകക്കകൾ; ആദ്യകാല നാണയങ്ങൾ. ആഫ്രിക്ക മുതൽ ആർട്ടിക് വരെ വ്യാപാര വാണിജ്യാവ

ശ്യങ്ങൾക്ക് ഉപയോഗിച്ചിരുന്നത് ഈ കൗറിഷെല്ലുകളായിരുന്നു. ദ്വീപുകളെ കമ്മട്ടങ്ങളായി പറങ്കികൾ കണ്ടു. പ്രകൃതി ദത്തമായ കമ്മട്ടങ്ങൾ. സുഗന്ധദ്രവ്യങ്ങൾക്കുപയോഗിക്കുന്ന അംബർ ഗ്രീസും തൊണ്ടുതല്ലിയെടുക്കുന്ന ചകിരിനാരും കച്ചവടക്കാരുടെ കൈവശം പറങ്കികൾ കാണാതിരുന്നില്ല. ഇന്ത്യയിലും, സിലോണിലും ആധിപത്യമുറപ്പിച്ചിരുന്ന പറങ്കികൾക്ക് വളരെ എളുപ്പത്തിൽ തങ്ങളുടെ അധീശത്വം വ്യാപിപ്പിക്കാൻ പറ്റിയ സ്ഥലമായി മാലദ്വീപിനെ കണ്ടു. നാവികരും പോരാളികളും മാത്രമായിരുന്നില്ല പറങ്കികൾ, തികഞ്ഞ രക്തദാഹികളുമായിരുന്നു. ചതിയിലൂടെയും, വഞ്ചനയിലൂടെയും തങ്ങളുടെ അധികാരം അവർ അരക്കിട്ടുറപ്പിച്ചു. ദ്വീപിന്റെ കടുംനീലക്കടലിൽ അവർ ചോരകൊണ്ട് നിറഭേദം സൃഷ്ടിച്ചു. പതിനാറാം നൂറ്റാണ്ടിൽ ആരംഭിച്ച ഈ വൈദേശിക ഇടപെടൽ ദ്വീപുജീവിതത്തെ മാറ്റി മറിച്ചു.

⏭

ഹസ്സന്റെ പ്രതികാരം

മാലെയിൽ നിന്നും കൊച്ചിയിലേക്ക് പോകുന്ന പോർച്ചുഗീസ് ചരക്കുകപ്പലിൽ കയറിയിരിക്കുമ്പോൾ സുൽത്താൻ ഹസ്സന്റെ മനസ്സിൽ പക നുരഞ്ഞു പൊന്തുന്നുണ്ടായിരുന്നു. തന്നെ വെറും പീറ പയ്യൻ എന്നു വിളിച്ചു കളിയാക്കിയ മുതിർന്നവരോട് കണക്കു ചോദിക്കണം. ഉപദേശക സമിതിയാണത്രെ. താടിയും തലയും നരച്ചാൽ മതി, തലയ്ക്കകത്ത് ഒന്നും വേണമെന്നില്ല. 'നീയാരാടാ ഞങ്ങളെ ഉപദേശിക്കാൻ?' എന്നായിരുന്നു ചോദ്യം. കാണിച്ചുകൊടുക്കാം. കൊച്ചിയിൽ പറങ്കികളുടെ താവളത്തിലെത്തട്ടെ. കപ്പലിൽ കുന്തിച്ചിരുന്ന് ഹസ്സൻ കൂട്ടിയും കിഴിച്ചും നോക്കി. പറങ്കികളുടെ സഹായമുണ്ടെങ്കിൽ മാത്രമേ തനിക്ക് മാലെയിൽ തിരിച്ചെത്തി അധികാരം പിടിക്കാനാകൂ എന്ന് ഹസ്സന് ബോധ്യമായി.

കപ്പൽ കൊച്ചി തീരത്തടുത്തു. ഏലത്തിന്റെയും കുരുമുളകിന്റെയും വശ്യഗന്ധം കാറ്റിൽ അരിച്ചെത്തി. പറങ്കികളുടെ താവളത്തിലെത്തി ക്യാപ്റ്റനെ മുഖം കാണിച്ചു. ചുരുട്ട് ആഞ്ഞുവലിച്ച് ക്യാപ്റ്റൻ പ്രതിവചിച്ചു: 'ഞങ്ങൾ സഹായിക്കാം, പക്ഷേ നിങ്ങൾ ക്രിസ്തുമതത്തിലേക്ക് പരിവർത്തനം ചെയ്യണം. ഇനി മുതൽ നിങ്ങൾ അറിയപ്പെടുക ഹസ്സനെന്നല്ല, ഡോൺ ഇമ്മാനുവൽ എന്നായിരിക്കും. നമ്മളൊരുമിച്ച് മാലെ ആക്രമിച്ച് കീഴടക്കും. ദ്വീപിൽ ക്രിസ്തുമതത്തിന് വേരോട്ടമുണ്ടാക്കാൻ നിങ്ങൾ സഹായിക്കണം. പകരം നിങ്ങളായിരിക്കും ദ്വീപുരാജ്യത്തിന്റെ അടുത്ത ഭരണാധികാരി.'

ഹസ്സൻ തലയാട്ടി. പ്രതികാരമല്ലാതെ മറ്റൊന്നും അപ്പോൾ ഹസ്സന്റെ മനസ്സിലുണ്ടായിരുന്നില്ല.

അലി റസ്ഗിഫാൻ

തീരത്തേക്കടുക്കുന്ന കപ്പലിന്റെ കൊടിയടയാളം അലിറസ്ഗിഫാൻ ശ്രദ്ധിച്ചു. പറങ്കികൾ. അവർ വന്നിരിക്കുന്നു. പറങ്കികളുടെ മേൽക്കുപ്പായം ധരിച്ച കറുത്ത ഒരാളിൽ അലിയുടെ കണ്ണുടക്കി. ഹസ്സൻ! പക്ഷേ, അവനെന്തിനാണ് മേൽക്കുപ്പായവും അതിനുമുകളിൽ വലിയ ഒരു കുരിശും ധരിച്ചിരിക്കുന്നത്. പറങ്കികൾ അവനെ മതം മാറ്റി ക്രിസ്ത്യാനിയാക്കിയിരിക്കണം.

അലിറസ്ഗിഫാൻ ഓടി, ബോട്ടുജെട്ടിയിൽ നിന്നും തെങ്ങിൻ മറപറ്റി. വഴിയിൽ കണ്ടവരോടൊക്കെ കാര്യം പറഞ്ഞു, ''പറങ്കികളെത്തിയിരിക്കുന്നു. കൂടെ ഹസ്സനുമുണ്ട്. ഇപ്പോൾ അവൻ ഹസ്സനല്ല. കഴുത്തിൽ തൂങ്ങിയാടുന്ന ഒരു വലിയ മരക്കുരിശ് താൻ കണ്ടതാണ്. പറങ്കികളിൽ ഒരാൾ ഡോൺ ഇമ്മാനുവൽ എന്ന് ഹസ്സനെ നീട്ടി വിളിക്കുന്നുണ്ടായിരുന്നു. അവൻ ക്രിസ്തുമതം സ്വീകരിച്ചിരിക്കുന്നു. പറങ്കികളുടെ ഉദ്ദേശവും അതു തന്നെയാണ്. ദ്വീപുവാസികളെ മതപരിവർത്തനം ചെയ്യിപ്പിക്കുക. നമ്മൾ കീഴടങ്ങരുത്. കയ്യിൽ കിട്ടിയതെന്തും ആയുധമാക്കണം. കുറ്റിക്കാടിന്റെ, തെങ്ങിന്റെ, മറപറ്റി ഒളിയുദ്ധം ചെയ്യണം. ആയുധബലത്തിലോ, ആൾബലത്തിലോ അല്ല കാര്യം. മന:ശക്തിയാണ് പ്രധാനം. നമുക്കതുണ്ട്, ഇച്ഛാശക്തി. ആയിരത്തിലധികം വരുന്ന ദ്വീപുവാസികൾക്ക് പരസ്പരം അറിയാം. നമ്മൾ ഒറ്റക്കെട്ടാണ്.''

ഒരുകൂട്ടം ചെറുപ്പക്കാർ അലിയുടെ കൂടെ കൂടി. പോർച്ചുഗീസ് കപ്പലിനെ ലാക്കാക്കി അവർ നടന്നു. മെല്ലെമെല്ലെ അവരുടെ അംഗസംഖ്യ വർദ്ധിച്ചു. കല്ലും, കവണയും, ഇരുമ്പുവടികളും, തീപ്പന്തവുമായി അവർ നടന്നു. അലിറസ്ഗിഫാൻ അവരുടെ വീര

നായകനായി. അപ്രതീക്ഷിതമായ ആക്രമണത്തിൽ പറങ്കികൾ പകച്ചുപോയി. അവരുടെ കപ്പൽ പീരങ്കികൾ ഇരുളിലേക്കും ശൂന്യതയിലേക്കും നിറയൊഴിച്ചു. അലിറസ്ഗിഫാന്റെ നേതൃത്വത്തിൽ അവർ പറങ്കികളെ തോൽപ്പിച്ചു. ആദ്യ തോൽവിക്കുശേഷം രണ്ടുതവണ കൂടി പറങ്കികൾ വന്നു. അലിയുടെ നേതൃപാടവത്തിലും ബുദ്ധിശക്തിയിലും പറങ്കികൾക്ക് അടിയറവ് പറയേണ്ടി വന്നു. സുൽത്താൻ അലി ആറാമൻ എന്ന പേരു സ്വീകരിച്ച് മാലെ കേന്ദ്രമാക്കി അലിറസ്ഗിഫാൻ തന്റെഭരണം ആരംഭിച്ചു.

⏭

അന്ധിരി അന്ധിരിൻ

ചോരക്കൊതിയൻമാരായ പറങ്കികൾ വീണ്ടുമെത്തി. അടിക്കടിയുണ്ടായ പരാജയം അവരുടെ ക്രൗര്യം വർദ്ധിപ്പിച്ചു. ആൻഡ്രിയ ആൻഡ്രിയാസ് ആയിരുന്നു പറങ്കികളുടെ നേതാവ്. രക്തദാഹി. ഇരുളിന്റെ മറപറ്റി സ്ത്രീകളെ ഉപദ്രവിക്കുന്നവൻ. ഒരു കയ്യിൽ തോക്കും മറുകയ്യിൽ ബൈബിളുമായി അയാൾ മാലെയിലൂടെ നടന്നു.ഭീഷണി മുഴക്കി, വെടിയുതിർത്തു. ചിത്രത്തൊങ്ങലുകളുള്ള മേലങ്കിക്കു മുകളിൽ നിന്നും വലിയൊരു കുരിശ് ഉയർത്തിക്കാട്ടി അയാൾ അലറി. നാളെ മുതൽ നിങ്ങളെല്ലാം ക്രിസ്ത്യാനികളാണ്. ക്രിസ്തുമതം സ്വീകരിക്കാത്ത ഒരുത്തനെയും വച്ചു പൊറുപ്പിക്കില്ല. സമൃദ്ധമായ താടിരോമങ്ങളിലൂടെ വിരലോടിച്ച് ക്രൗര്യം നിറഞ്ഞ കണ്ണുകളാൽ ദ്വീപിനെ ഉഴിഞ്ഞ് തോക്കു കൊണ്ട് വായുവിൽ ആൻഡ്രിയാസ് ഒരു കുരിശിനെ അടയാളപ്പെടുത്തി. പോർച്ചുഗീസുകാരുടെ ക്യാപ്റ്റൻ ജനറൽ എന്ന പദവി കയ്യാളുന്ന താൻ മാലെയിൽ നിന്നും നാടു കടത്തപ്പെട്ട ഹസ്സന്റെ - ഡോൺ ഇമ്മാനുവലിന്റെ പേരിലാണ് ഇവിടെഭരണം നടത്താൻ പോകുന്നതെന്ന് പ്രഖ്യാപിച്ചു.

ആൻഡ്രിയ ആൻഡ്രിയാസിനെ ജനങ്ങൾ വിളിച്ചിരുന്നത് അന്ധിരി അന്ധിരിൻ എന്നായിരുന്നു. ഇരുട്ടിന്റെ ആൾരൂപമായിരുന്നു അയാൾ. ബാങ്കുവിളികളാൽ മുഖരിതമായ ദ്വീപിൽ അന്ധിരിൻ ഭയത്തിന്റെ വിത്തുകൾ പാകി. മീൻപിടുത്തക്കാരായ ദ്വീപുവാസികൾ ഭയചകിതരായി. കാട്ടുതീ പോലെ ആ വാർത്ത പരന്നു. പറങ്കികൾ ദ്വീപുവാസികളെ മതം മാറ്റാൻ പോകുന്നു. ഞരമ്പിലോടുന്ന ചോരയോടൊപ്പം കൊണ്ടു നടക്കുന്ന വിശ്വാസം

ഇല്ലാതെയാകാൻ പോകുന്നു. വിട്ടുകൊടുക്കരുത്. പോരാടണം. മരണപോരാട്ടത്തിൽ പറങ്കികളെ തുരത്തിയോടിക്കണം. തന്റെ സൈന്യവുമായി സുൽത്താൻ അലി പറങ്കികളോടെതിരിട്ടു. മൂന്നു തവണ പറങ്കികളെ തുരത്തിയ ആളാണ് അലി. എന്നാൽ നാലാം തവണ അലിക്ക് അടിയറവു പറയേണ്ടി വന്നു. അന്ഡിരി അന്ഡി രിൻ അലിയെ വധിച്ചു. സുൽത്താൻ അലി കൊല്ലപ്പെട്ടിരിക്കുന്നു. അലറുന്ന തിരമാലകൾ ആ വാർത്ത ദ്വീപസമൂഹത്തിലാകമാനം എത്തിച്ചു. ഇനിമുതൽ ജനങ്ങൾ പറങ്കികളുടെ അടിമകളാണ്. അവരുടെ തോന്ന്യാസങ്ങൾക്ക് ഇനിമുതൽ കൂട്ടു നിൽക്കേണ്ടി വരും. കുടിച്ച് കൂത്താടി സ്ത്രീകളെ ഉപദ്രവിക്കുന്നവരെ എങ്ങനെ സഹിക്കും? ഇനി ആരുടെ നേതൃത്വത്തിലാണ് ദ്വീപുകാർ ഒന്നി ക്കുക? മതം മാറ്റാനെത്തുന്ന പറങ്കികളെ ആര് പ്രതിരോധിക്കും? ജനങ്ങൾ അവരുടെ മൺവീടുകളിലേക്ക് പിൻവാങ്ങി.

⏭

പറങ്കികളോട് പൊരുതിയ സോദരർ

മുഹമ്മദ് തക്കുറുഫാനും അദ്ദേഹത്തിന്റെ സഹോദരന്മാരായ അലി തക്കുറുഫാനും നടുക്കുന്ന ആ വാർത്ത കേട്ടു. രാജ്യം പറങ്കികൾ പിടിച്ചടക്കിയിരിക്കുന്നു. പറങ്കികളെ ദ്വീപിൽ നിന്ന് തുരത്തിയിട്ടേ ഇനി വിശ്രമമുള്ളൂ എന്ന് അവർ പ്രതിജ്ഞ ചെയ്തു. കടലിലൂടെയാണ് പറങ്കികളെത്തുന്നത്. അവർക്ക് പായ്ക്കപ്പലുകളുണ്ട്. ആദ്യം ഒരു പായ്ക്കപ്പൽ നിർമ്മിക്കണം. പറങ്കികളുടെ പായ്ക്കപ്പലിനെ വളഞ്ഞുപിടിക്കാൻ പാകത്തിലുള്ള ഒന്ന്. വേഗങ്ങളുടെ സുൽത്താനായ ഒരു കപ്പൽ. ഉത്തീമൂ ദ്വീപിലെ തച്ചന്മാർ രാപ്പകൽ പണിയെടുത്ത് 'കൽഹോഫുംമീ' നിർമ്മിച്ചു. വേഗവും സൗന്ദര്യവും ഒത്തിണങ്ങിയ ഒരു മാന്ത്രികക്കപ്പൽ. പറങ്കികളോട് എതിരിടാനുള്ള പായ്ക്കപ്പൽ തയ്യാറായി. ഇനി പുതിയ യുദ്ധമുറകൾ പഠിക്കണം. പറങ്കികളോട് നേരിട്ട് ഏറ്റുമുട്ടിയാൽ തോറ്റു തുന്നം പാടും, തീർച്ച. ഒളിയുദ്ധം മാത്രമേ ഇനി രക്ഷയുള്ളൂ. രക്തദാഹികളായ പറങ്കികളുടെ കൺവെട്ടത്തു നിന്നും മാറി നിന്ന് ആയുധപരിശീലനം നേടണം. ഉത്തീമു ദ്വീപിൽ നിന്നും പടിഞ്ഞാറേക്ക് യാത്ര ചെയ്താൽ എത്തുക മിനിക്കോയ് ദ്വീപിലാണ്. അവിടേക്ക് പോകുക തന്നെ. കണ്ണൂരിലെ ആലി രാജയുടെ കീഴിലാണ് മിനിക്കോയ്. മിനിക്കോയിലെത്തിയതും അവർ കയ്യും മെയ്യും മറന്ന് പരിശീലനത്തിലേർപ്പെട്ടു. ഒരൊറ്റ ലക്ഷ്യത്തിലേക്ക് ഒന്നിച്ച്. പോർച്ചുഗീസുകാരിൽ നിന്നും തങ്ങളുടെ രാജ്യത്തെ രക്ഷിക്കുക. തങ്ങളുടെ സ്വച്ഛജീവിതത്തിന് ഭംഗം വരുത്തിയ പറങ്കികളെ ഒരു പാഠം പഠിപ്പിക്കുക.

അംഗബലവും ആയുധബലവുമില്ലാത്ത കൃശഗാത്രരായ

ദ്വീപു നിവാസികൾക്ക് ഗറില്ല യുദ്ധമുറകളിലൂടെ മാത്രമേ പറങ്കികളെ തോൽപ്പിക്കാനാവൂ. അപ്രതീക്ഷിതമായി ആക്രമിക്കുക, എന്നിട്ട് ഓടിയൊളിക്കുക. രാത്രിയുടെ മറവിൽ പതുങ്ങിയിരിക്കുക. കുടിച്ചും കൂത്താടിയും വശം കെട്ട പറങ്കികളെ ഇരുൾ മറവിൽ ആക്രമിക്കുക, ലഗൂണുകൾ നീന്തി, കോറൽ കല്ലുകൾ ചവിട്ടി കൽഹോഫുമ്മിയിലേക്ക് കുതിച്ചെത്തുക. ആൾപ്പാർപ്പില്ലാത്ത ഏതെങ്കിലും ദ്വീപുകളിലെത്തി വിശ്രമിക്കുക. കടൽക്കാറ്റിൽ നനുത്ത് മനസ്സിനെ അലസമാക്കിയിട്ട്, കുറുമ്പ കുടിച്ച് ദാഹം മാറ്റി, മീൻ ചുട്ട് തിന്ന് പിറ്റേന്നത്തെ ഒളിയുദ്ധത്തിന് ശരീരത്തെയും മനസ്സിനെയും സജ്ജമാക്കുക.

സഹോദരന്മാരുടെ ഗറില്ലാ യുദ്ധത്തിൽ പറങ്കികൾക്ക് പൊറുതി മുട്ടി. ഒരു രാത്രി ഉറക്കം നടിച്ച് വെളിച്ചമണച്ച് അവർ കാത്തിരുന്നു. തെങ്ങിൻ മറപറ്റി എത്തിയ അലി തക്കുറുഫാൻ ശ്രദ്ധിച്ചു. പറങ്കികളുടെ കൂടാരത്തിൽ ആളനക്കമില്ല. അവിടവിടെയായി വീണുകിടക്കുന്നുണ്ട് ചില ശരീരങ്ങൾ. മറിഞ്ഞുകിടക്കുന്ന വീഞ്ഞു കോപ്പകൾ. പറ്റിയ സമയം തന്നെ. തന്റെ കൂട്ടാളികൾക്ക് അലി ആംഗ്യത്തിലൂടെ വിവരങ്ങൾ കൈമാറി. അലിയും അനുചരന്മാരും പറങ്കികൾക്കുമേൽ ചാടിവീണു. കാൽപ്പാദങ്ങളുടെ വേഗക്രമങ്ങൾ വായിച്ചെടുത്ത പറങ്കികൾ ആയുധങ്ങളുമായി അലിയെയും, കൂട്ടാളികളെയും വളഞ്ഞു. തുടർന്ന് നടന്ന യുദ്ധത്തിൽ അലിയുടെ ഗറില്ലാ സൈന്യത്തിന് വൻ നാശനഷ്ടമുണ്ടായി. കുറെപേർ വധിക്കപ്പെട്ടു. ചിലർ ഇരുട്ടിലേക്ക് പിൻവാങ്ങി. അലി ഒരു വ്യാഘ്രത്തെപ്പോലെ പോരാടി. ഒടുവിൽ പിടിച്ചുനിൽക്കാനാവാതെ തോൽവി സമ്മതിച്ചു. പറങ്കികൾ അലിയെ പിടിച്ചുകെട്ടി. കൂടാരത്തിനു പുറത്ത് ഒരു തെങ്ങിൽ ബന്ധിതനാക്കിയ അലിയുടെ കഴുത്തിലേക്ക് ഒരു വാൾ ഉയർന്നു താണു.

രക്ഷപ്പെട്ടുവന്നവർ മുഹമ്മദ് തക്കുറുഫാനെ ആ നടുക്കുന്ന വാർത്ത അറിയിച്ചു. അലി തക്കുറുഫാൻ കൊല്ലപ്പെട്ടിരിക്കുന്നു. ധീരതയോടെ പോരാടിയ അലിയെ അവർ ശിരച്ഛേദം ചെയ്തു. അലിയുടെ മരണം മുഹമ്മദ് തക്കുറുഫാനിൽ വീണ്ടുവിചാരമുണ്ടാക്കി. വിഡ്ഢിത്തമാണ് തങ്ങൾ കാട്ടുന്നത്, യുദ്ധക്കോപ്പുകളും അംഗബലവുമുള്ള പറങ്കികളെ അവരുടെ പാളയങ്ങളിൽ വെല്ലുവിളിക്കുന്നത്. കരുത്തരായ പറങ്കികളെ ഒറ്റക്ക് എതിരിട്ട് തോൽപ്പിക്കുക അസാധ്യമാണ്. ആരുടെയെങ്കിലും സഹായം അനിവാര്യമാണ്. മുഹമ്മദ് തക്കുറുഫാന്റെ മനസ്സിലൂടെ പല മുഖങ്ങളും കടന്നു പോയി. കൂട്ടിയും കിഴിച്ചും നോക്കി. ആരെ

കൂട്ടു പിടിച്ചാലാണ് പറങ്കികളെ എന്നെന്നേക്കുമായി തുരത്താനാവുക എന്ന് തല പുകഞ്ഞാലോചിച്ചു. ഒടുവിൽ സമീപസ്ഥമായ ഒരു പ്രദേശത്തു നിന്നും സഹായമഭ്യർത്ഥിക്കാൻ തീരുമാനിച്ചു. മലബാർ- ദൃഢനിശ്ചയത്തോടെ മുഹമ്മദ് തക്കുറുഫാൻ ഉരുവിട്ടു. വിശ്വസ്തരായ തന്റെ അനുചരന്മാരുടെ കൈവശം സന്ദേശവും കൊണ്ട് കണ്ണൂരിലെ ആലി രാജാവിന്റെ അടുത്തേക്കയച്ചു.

⏭

കണ്ണൂരിലെ ആലിരാജ

ആഴി രാജാക്കന്മാരാണ് കണ്ണൂരിലെ അറക്കൽ രാജവംശം എന്ന് മുഹമ്മദ് തക്കുറുഫാന് ചെറുപ്പം മുതലേ കേട്ടറിവുണ്ട്. കുരുമുളകും ഏലവും മറ്റ് സുഗന്ധദ്രവ്യങ്ങളും കൊണ്ട് മലബാറിലെ മാപ്പിളമാരും മറ്റ് കച്ചവടക്കാരും വളരെ മുമ്പു തന്നെ ദ്വീപിലെത്താറുണ്ട്. പോർച്ചുഗീസുകാരുടെ കണ്ണിൽപ്പെടാതെ വ്യാപാരം നടത്താനുള്ള യാത്രകളിൽ കച്ചവടക്കാർക്ക് ദ്വീപുകൾ സുരക്ഷിതമായ താവളങ്ങളായിരുന്നു.

ലക്ഷദ്വീപ് ദ്വീപസമൂഹം കാലാകാലങ്ങളായി ഭരിച്ചുപോരുന്നത് അറക്കൽ രാജവംശമാണ്. മാതൃദായകക്രമമാണ് അവർ പിൻതുടരുന്നത്. രാജാവിനെ ആലി രാജയെന്നും രാജ്ഞിയെ അറക്കൽ ബീവിയെന്നും വിളിച്ചു പോരുന്നു. കോലത്തിരിയുടെ നാട്ടിൽ തന്നെയുള്ള ഈ രാജവംശം ദക്ഷിണേന്ത്യയിലെ പ്രധാനപ്പെട്ട ഒരു മുസ്ലീം രാജവംശമായിരുന്നു.

ലക്ഷദ്വീപുകളുടെ ഭാഗമായ മിനിക്കോയിൽ ആയുധ പരിശീലനം നേടുമ്പോൾ കണ്ണൂരിലെ അറക്കൽ രാജവംശത്തെപ്പറ്റി തക്കുറുഫാൻ എല്ലാം മനസ്സിലാക്കിയിരുന്നു. പോർച്ചുഗീസുകാരോട് യുദ്ധം ചെയ്യാൻ ആലിരാജയുടെ സൈന്യത്തോട് കൂടുകയേ നിർവ്വാഹമുള്ളൂ എന്നും മുഹമ്മദ് തക്കുറുഫാനുവിന് അറിയാമായിരുന്നു. മിനിക്കോയിലെ സംസാരഭാഷയും മാലദ്വീപിലെ സംസാരഭാഷയും ഒന്നു തന്നെ- ദിവേഹി. അതുകൊണ്ട് അറക്കൽ രാജവംശത്തിന് തങ്ങളുടെ ഭാഷ എളുപ്പം മനസ്സിലാകും, മാത്രമല്ല തങ്ങളെ ക്രിസ്തു മതത്തിലേക്ക് പരിവർത്തനം ചെയ്യാൻ പോകുന്ന പറങ്കികളോട് പോരാടാൻ കേരളത്തിലെ ഒരു മുസ്ലീം

രാജവംശത്തോട് കൂട്ടുകൂടുന്നത് കാവ്യനീതിയാണ് താനും.

അറക്കൽ രാജവംശത്തിന്റെ പരമാധികാരത്തെ അംഗീകരിച്ചു കൊണ്ടുള്ള കരാറിൽ ഒപ്പിടുമ്പോഴും തക്കുറുഫാനുവിന്റെ മനസ്സിൽ മറ്റു പല പദ്ധതികളുമുണ്ടായിരുന്നു. ആദ്യം പറങ്കികളെ തുരത്തുക. ആലി രാജാക്കന്മാരുടെ കാര്യം രണ്ടാമത്തേത് മാത്രം. പറങ്കികളെ കെട്ടു കെട്ടിക്കാൻ ആരുമായും കൂട്ടുകൂടും. ശത്രുവിന്റെ ശത്രു മിത്രം. ഇന്ത്യൻ മഹാസമുദ്രത്തിൽ പാവം ദ്വീപുവാസികളുടെ ചോര ഒഴുക്കിയ അന്ധിരി അന്ധിരിന്റെ രൂപം തക്കുറുഫാനുവിന്റെ മനസ്സിൽ തെളിഞ്ഞു. അയാളുടെ കണ്ണുകളിൽ പകയുടെ കനലുകൾ ജ്വലിച്ചു. മുഖം സൂര്യനെപ്പോലെ ചുവന്നു കത്തി.

മുഹമ്മദ് തക്കുറുഫാനു

മിനിക്കോയിൽ നിന്നും മാപ്പിള സൈന്യം എത്തിച്ചേർന്നു. കണ്ണൂരിലെ ആലിരാജ വാക്കു പാലിച്ചിരിക്കുന്നു. മാലെയ്ക്ക് അടുത്തുള്ള ഒരു ദ്വീപിലാണ് അവർ തമ്പടിച്ചിച്ചിരിക്കുന്നത്. ഇനി വെറും രണ്ടുനാൾ മാത്രം. സ്വാതന്ത്ര്യത്തിലേക്ക് രണ്ടു നാൾ. പരാജയവും മരണവും തക്കുറുഫാനുവിന്റെ മനസ്സിലേക്ക് കടന്നുവരാറില്ല. പോരാട്ടവും, വിജയവുമാണ് ആ മനസ്സു നിറയെ. അറക്കൽ സൈന്യവും തന്റെ സൈന്യവും ഒരുമിച്ചു നിന്ന് പോരാടിയാൽ പറങ്കികളെ പരാജയപ്പെടുത്താം, തീർച്ച. തക്കുറുഫാനു ലഗൂണിൽ വിശ്രമിക്കുന്ന കൽഹോഫുമ്മിയിലേക്ക് കണ്ണയച്ചു. എന്തുകൊണ്ട് ഇന്നുരാത്രി മാലെയിൽ ഒരു രഹസ്യ സന്ദർശനം നടത്തിക്കൂടാ? പോർച്ചുഗീസുകാരുടെ ആൾബലം തിട്ടപ്പെടുത്തിയാൽ അതിനനുസരിച്ച് സൈന്യത്തെ ക്രമീകരിച്ചാൽ മതി. വരുന്നതു വരട്ടെ, മാലെയിലേക്ക് തിരിക്കുക തന്നെ. ഇരുട്ടു വീണപ്പോൾ മാലെയിലെത്തിയ തക്കുറുഫാനു വേഷപ്രച്ഛന്നനായി അലഞ്ഞു നടന്നു. പറങ്കികളുടെ കൂടാരത്തിനടുത്തുകൂടി പാത്തും പതുങ്ങിയും നടന്നു. പറങ്കികളുടെ ആൾബലം ഏകദേശം മനസ്സിൽ ഉറപ്പിച്ചു. തൊട്ടടുത്ത പള്ളിയിൽ കയറി ഇമാമിനോട് ഒരു കാര്യം ആവശ്യപ്പെട്ടു. ബാങ്കുവിളിയുടെ സമയത്തിനനുസരിച്ചാണ് ദ്വീപ് ചലിക്കുന്നത്. പുലർച്ചെയുള്ള ബാങ്കുവിളിയുടെ സമയം ഒരൽപ്പം മാറ്റണം. പറങ്കികളെ ആക്രമിക്കാൻ തങ്ങൾ സജ്ജരായിരിക്കുന്നു. മാലെയിലെ തന്റെ അനുയായികളോട് രഹസ്യമായി തക്കുറുഫാനു ആശയവിനിമയം നടത്തി. ഏതൊക്കെ വഴികളിലൂടെയാണ് അറക്കൽ സൈന്യവും തന്റെ സൈന്യവും പറങ്കികളെ ആക്രമിക്കുക എന്ന വ്യക്തമായ പദ്ധതി അവതരി

പ്പിച്ചു. ദ്വീപിൽ തിരിച്ചെത്തി വേണ്ട സാധനസാമഗ്രികൾ പകൽ മുഴുവൻ ശേഖരിച്ചു, ഭക്ഷണവും വെള്ളവും ആയുധങ്ങളും. സൈന്യത്തിലെ യുവാക്കളോട് സംസാരിച്ച് തക്കുറുഫാൻ അവരുടെ മനോവീര്യം വർദ്ധിപ്പിച്ചു.

അന്ധിരി അന്ധിരിൻ ദ്വീപുവാസികളെ ക്രിസ്തുമതത്തിലേക്ക് പരിവർത്തനം ചെയ്യുന്നതിന്റെ തലേദിവസം വൈകുന്നേരം കണ്ണൂർ സൈന്യത്തോടൊപ്പം തന്റെ സൈന്യവുമായി തക്കുറുഫാനു മാലെയിലെത്തി. തക്കുറുഫാനുവിന്റെ മാലെയിലെ അനുയായികൾ ഇരുട്ടിന്റെ മറപറ്റി കാത്തു നിൽക്കുന്നുണ്ടായിരുന്നു. അവർ തക്കുറുഫാനുവിന് ആ വാർത്ത കൈമാറി. പറങ്കികളുടെ താവളത്തിൽ ഒരു വലിയ വിരുന്ന് നടക്കാൻ പോകുന്നു. ദ്വീപുവാസികളെ ക്രിസ്ത്യാനികളാക്കാൻ പോകുന്നതിന്റെ മുന്നോടിയായുള്ള വിരുന്ന്. തീറ്റയും കുടിയും നൃത്തവും. ക്ഷമയോടെ കാത്തിരിക്കുക. പെട്ടെന്നുള്ള ആക്രമണം പന്തിയല്ല. തിന്നു കുടിച്ച് മദിച്ച് വെളിവില്ലാതെ പറങ്കികൾ ഉറക്കത്തിലേക്ക് വീഴുന്നതുവരെ കാത്തിരിക്കുക. കുറ്റിക്കാടുകൾക്കു മറവിൽ, പള്ളിയുടെ മറവിൽ, ലഗൂണുകൾക്കു സമീപം എന്നിങ്ങനെ തക്കുറുഫാനു സൈന്യത്തെ പകുത്തു നിർത്തി. രാത്രിയുടെ അന്ത്യയാമങ്ങളിൽ പാട്ടും നൃത്തവും അവസാനിച്ചു. ലഹരി മൂത്ത് പടയാളികൾ അവിടവിടെ വീണു കിടന്നു. തക്കുറുഫാനു സൈന്യത്തിനു നിർദ്ദേശം നൽകി. ഇതാണ് പറ്റിയ സമയം. തന്റെ സൈന്യത്തെയും നയിച്ച് കണ്ണൂർ സൈന്യത്തോടോപ്പം തക്കുറുഫാനു പറങ്കികളുടെ താവളത്തിലേക്ക് ഇരച്ചെത്തി. മുന്നൂറോളം പോർച്ചുഗീസുകാർ വധിക്കപ്പെട്ടു. അന്ധിരി അന്ധിരിൻ കൂടാരത്തിനു പുറത്ത് തന്റെ വാളും തോക്കും കൊണ്ട് തക്കുറുഫാനുവിനെ പ്രതിരോധിക്കാൻ ശ്രമിച്ചു. തുറസ്സായ ആ സ്ഥലത്ത് മരങ്ങളുണ്ടായിരുന്നില്ല. അന്ധിരിനും തക്കുറുഫാനുവും നേർക്കുനേർ പൊരുതി. പെട്ടെന്ന് എവിടെ നിന്നോ ഒരു തെങ്ങ് അവിടെ പ്രത്യക്ഷപ്പെട്ടു. അതിന്റെ മറപറ്റി തക്കുറുഫാനു അന്ധിരിന്റെ നേർക്ക് ഒരു കുന്തം വലിച്ചെറിഞ്ഞു. ദിക്കുകൾ പൊട്ടുന്ന അലർച്ചയോടെ അന്ധിരിൻ പുറകോട്ടു മറിഞ്ഞു വീണു. 'നാം പറങ്കികളിൽ നിന്നും സ്വാതന്ത്ര്യം നേടിയിരിക്കുന്നു,' തക്കുറുഫാനു വിളിച്ചു പറഞ്ഞു. സൈന്യം ആഘോഷം തുടങ്ങിക്കഴിഞ്ഞിരുന്നു.

അറക്കൽ സൈന്യം മിനിക്കോയിലേക്ക് തിരിച്ചു പോയി. അവരെ യാത്രയാക്കി തിരിച്ചെത്തിയ തക്കുറുഫാനു ചിന്താധീ

നനായി. പറങ്കികളെ തോല്പിച്ചിരിക്കുന്നു. പക്ഷേ വൈദേശികാധിപത്യത്തിൽ നിന്ന് ദ്വീപുകളെ പൂർണ്ണമായും മുക്തമാക്കാൻ തനിക്കാവുമോ? ആലിരാജാവുമായുള്ള കരാർ പ്രകാരം ദ്വീപുകളുടെ പരമാധികാരം അറക്കൽ രാജവംശത്തിനാണ്. ആലിരാജ തന്റെ സൈന്യത്തെയും നയിച്ച് എപ്പോൾ വേണമെങ്കിലും എത്താം. വീണ്ടും തന്റെ രാജ്യം അസ്വതന്ത്രമാകാൻ പോകുന്നു. ആലോചനക്കൊടുവിൽ തക്കുറുഫാനുവിന്റെ മനസ്സിലേക്ക് ഒരു രൂപം കടന്നുവന്നു- ഹസ്സൻ. ഡോൺ ഇമ്മാനുവൽ എന്ന ഹസ്സൻ. ഗോവയിലാണ് ഹസ്സൻ ഉള്ളത്. ഡോൺ ഇമ്മാനുവലുമായി തക്കുറുഫാനു ഒരു കരാറിൽ ഒപ്പു വെച്ചു. കരാർ അനുസരിച്ച് തക്കുറുഫാനു ദ്വീപു രാജ്യത്തെ ഭരിക്കും, ഡോൺ ഇമ്മാനുവേലിന്റെ പേരിൽ.

കുറച്ചു നാളുകൾക്കു ശേഷം തക്കുറുഫാനു ആ കരാർ കാറ്റിൽ പറത്തി. സ്വയം സുൽത്താനായി പ്രഖ്യാപിച്ചു. രാജ്യത്തിന് സുസജ്ജമായ ഒരു സൈന്യത്തിന്റെ അഭാവം തിരിച്ചറിഞ്ഞ തക്കുറുഫാനു അതിനു വേണ്ടിയുള്ള നടപടികൾ ആരംഭിച്ചു. കൗറി ഷെല്ലുകൾക്ക് പകരമായി നാണയങ്ങൾ ഏർപ്പെടുത്തി. തലസ്ഥാനമായ മാലെയിൽ മറ്റു ദ്വീപുകളെ ഭരിക്കുന്നതിനു വേണ്ടി ശക്തമായ കേന്ദ്രഭരണം സ്ഥാപിച്ചു. എല്ലാറ്റിനും ഉപരിയായി ഇസ്ലാമിക മൂല്യങ്ങളിൽ അധിഷ്ഠിതമായ ഒരു സദ്ഭരണമാണ് തക്കുറുഫാനു കാഴ്ച്ച വച്ചത്. 1585 ആഗസ്റ്റ് 26ാം തീയ്യതി ബൊഡു* തക്കുറുഫാനു അന്തരിച്ചു. പോർച്ചുഗീസുകാരിൽ നിന്നും രാജ്യത്തെ സ്വതന്ത്രമാക്കിയ ദിനം 'ഖൗമീ ദുവസ്'- ദേശീയ ദിനമായി ആചരിക്കുന്നു.

⏭

*വലിയവൻ

മാപ്പിളമാർ മടങ്ങിയെത്തുന്നു

ഉത്തീമു രാജവംശത്തിനു ശേഷം ഇസ്ദൂ രാജവംശമായിരുന്നു മാലദ്വീപ് ഭരിച്ചത്. ദിയാമിഗിലി വംശമായിരുന്നു അടുത്തത്. ഈ രാജവംശത്തിന്റെ കാലത്താണ് അറക്കൽ സൈന്യം വീണ്ടും ദ്വീപു രാജ്യം പിടിച്ചടക്കുന്നത്. മലബാറിലെ മാപ്പിളമാർ കരുത്താർജിച്ച ഒരു കാലഘട്ടമായിരുന്നു അത്. മൈസൂർ ആക്രമിച്ച ഹൈദരാലിയുമായി അറക്കൽ രാജവംശം അടുത്ത ബന്ധം സ്ഥാപിച്ചു. ഹൈദരാലി മൈസൂർ രാജാവായ വോഡയാറിനെ പരാജയപ്പെടുത്തിയ ഉടൻ തന്നെ അറക്കൽ രാജവംശം ഹൈദരാലിയുടെ കീഴിലാണെന്ന് അറിയിച്ചു കൊണ്ട് കണ്ണൂരിൽ നിന്ന് കത്തയച്ചു. ഹൈദരാലിയുടെ പടയോട്ടത്തിൽ ഭാഗഭാക്കായി നേട്ടങ്ങൾ കൊയ്യാമെന്ന് ആലിരാജ കരുതി.

1752 ൽ ആലിരാജ അയച്ച സൈന്യം മാലെ പിടിച്ചടക്കി. മിനിക്കോയ്യും ലക്ഷദ്വീപ സമൂഹത്തിലെ മറ്റു ദ്വീപുകളും പോലെ മാലദ്വീപും തങ്ങൾക്ക് അവകാശപ്പെട്ടതാണെന്ന് പ്രഖ്യാപിച്ചു. ദ്വീപുകളുടെ പരമാധികാരം അറക്കൽ രാജവംശത്തിനാണെന്ന് തക്കുറുഫാനു ഉടമ്പടിയിൽ ഒപ്പുവച്ചിട്ടുണ്ട് താനും. പക്ഷേ തക്കുറുഫാൻ വാക്കു പാലിച്ചില്ല. അതുകൊണ്ട് മാത്രമാണ് മിനിക്കോയിൽ നിന്നും കണ്ണൂർ സൈന്യമെത്തി മാലദ്വീപ് ആക്രമിച്ച് കീഴടക്കിയത്. പ്രതികാരമെന്നോണം കണ്ണൂർ സൈന്യം ദ്വീപിലെ സുൽത്താന്റെ കൊട്ടാരം തീവെച്ച് നശിപ്പിച്ചു. സുൽത്താൻ മുഹമ്മദ് ഇമാദുദ്ദീനെ തട്ടികൊണ്ടുപോയി മിനിക്കോയിൽ പാർപ്പിച്ചു. 1759-ൽ മിനിക്കോയിലെ തടവിൽ കിടന്ന് മരിക്കുകയായിരുന്നു സുൽത്താൻ.

ഗാസി ഹസ്സൻ ഇസുദ്ദീന്റെ നേതൃത്വത്തിൽ മാലെ സൈന്യം തിരിച്ചടിച്ചു. മൂന്ന് മാസങ്ങൾക്കും ഇരുപത് ദിവസങ്ങൾക്കും ശേഷം മാലദ്വീപ് വീണ്ടും സ്വതന്ത്രമായി. സുൽത്താനാകാൻ വിസമ്മതിച്ച ഇസ്സുദ്ദീൻ, ആലിരാജയുടെ സൈന്യം തട്ടിക്കൊണ്ടുപോയ സുൽത്താന്റെ മകളുടെ പേരിൽ രാജ്യം ഭരിക്കുക

യും സുൽത്താൻ ഇമാദുദ്ദീന്റെ മരണശേഷം സ്ഥാനാരോഹണം ചെയ്യുകയും ചെയ്തു.

'ഇസ്കന്ദർ സ്കൂൾ' മാലെയിലെ പ്രധാനപ്പെട്ട ഒരു വിദ്യായലമാണ്. 1648 മുതൽ 1687 വരെ ദ്വീപു ഭരിച്ചിരുന്ന സുൽത്താൻ ഇബ്രാഹിം ഇസ്ക്കന്ദറിന്റെ പേരിലാണ് ആ വിദ്യാലയം നിലകൊള്ളുന്നത്. ദ്വീപുജനതയുടെ പല ആചാരാനുഷ്ഠാനങ്ങൾ തുടങ്ങുന്നതും 'വെള്ളിയാഴ്ച പള്ളി'യും അതിന്റെ താഴികക്കുടങ്ങളും നിർമ്മിച്ചതും സുൽത്താൻ ഇസ്ക്കന്ദറിന്റെ ഭരണകാലത്താണ്.

⏭

ഫ്രഞ്ചുകാർ

സുൽത്താൻ ഗാസി ഹസ്സൻ ഇസുദ്ദീൻ സുപ്രധാനമായ ഒരു തീരുമാനത്തിലെത്തി. പറങ്കികളിൽ നിന്നും ആലിരാജ യിൽ നിന്നും രാജ്യത്തെ രക്ഷിക്കണമെങ്കിൽ അവരേക്കാൾ വലിയ ഒരു സൈനിക ശക്തിയുടെ സഹായം ആവശ്യമാണ്. ദക്ഷിണേ ന്ത്യയിലുള്ള ഫ്രഞ്ചുകാരുമായി എന്തുകൊണ്ട് ബന്ധം സ്ഥാ പിച്ചുകൂടാ? ഇനിയും ഒരു വൈദേശിക ശക്തിക്ക് അടിമപ്പെടു ന്നത് ആത്മഹത്യാപരം തന്നെ. പക്ഷേ, ഒരു പ്രതിരോധ കരാർ ഉണ്ടാക്കിയില്ലെങ്കിൽ ദ്വീപ്‌രാഷ്ട്രത്തിന് അത് വൻഭീഷണിയാ കും, തീർച്ച.

ആലിരാജ അയൽപ്രദേശമായ കാനറയിലെത്തി ഹൈദരാ ലിയെ കൂട്ടു പിടിച്ചതിന് തക്ക പ്രതികാരമാണ് കണ്ണൂരിന്റെ അയൽപ്രദേശമായ മാഹിയിലെത്തി ഫ്രഞ്ചുകാരെ ദ്വീപിലേക്ക് ക്ഷണിക്കുന്നത്. 1753 ൽ അലി മണിക്ഫാന്റെ നേതൃത്വത്തിലുള്ള ഒരു സംഘത്തെ സുൽത്താൻ ഇസുദ്ദീൻ പുതുശ്ശേരിയിൽ താവ ളമടിച്ചിരുന്ന ഇന്ത്യയിലെ ഫ്രഞ്ച് ഗവർണ്ണർ ഡ്യൂപ്ലെയുടെ അടു ത്തേക്ക് സഹായാഭ്യർത്ഥനയുമായി അയച്ചു. ഇന്ത്യൻ മഹാ സമു ദ്രത്തിൽ ദ്വീപുകൾക്കുള്ള തന്ത്രപ്രധാനമായ സ്ഥാനം നാവിക നായ ഡ്യൂപ്ലെക്ക് പെട്ടെന്നു തന്നെ മനസ്സിലായി. ലെ ടെർമെലി യറിന്റെ നേതൃത്വത്തിൽ ഒരുപറ്റം പട്ടാളക്കാരെ ഡ്യൂപ്ലെ മാലെ യിലേക്ക് അയച്ചു. ദൂണിദൂ ദ്വീപിൽ നങ്കൂരമിട്ടിരുന്ന ആലിരാജ യുടെ യുദ്ധക്കപ്പലിനെ തുരത്തിയ ശേഷം അവർ തിലദുമതി അറ്റോളിലെ സൈനിക കേന്ദ്രവും തകർത്തു. അങ്ങനെ ഫ്രഞ്ചു സൈന്യത്തിന്റെ സഹായത്തോടെയാണ് അറക്കൽ സൈന്യത്തെ ദ്വീപുകളിൽ നിന്നും അകറ്റി നിർത്തിയത്.

മാലെയിലെ നാനിബുറുസു കോട്ടയിൽ നിലകൊണ്ട ഫ്രഞ്ച്

സൈന്യത്തിന് അവിടെ തങ്ങളുടെ പതാക ഉയർത്താൻ സുൽത്താൻ അനുമതി നൽകി. ഡ്യൂപ്ലെയുടെ പിൻഗാമി ഫ്രഞ്ചു സൈന്യത്തെ തിരികെ വിളിക്കുന്നതു വരെ അവർ മാലെയിൽ തങ്ങി. ഇരുപതാം നൂറ്റാണ്ടിന്റെ പകുതി വരെ 'ഫറഞ്ചിക ലോഗൊലി' എന്ന തെരുവ് മാലെയിൽ നില നിന്നിരുന്നു. 18-ാം നൂറ്റാണ്ടിൽ ഫ്രഞ്ചു സൈന്യം മാലദ്വീപിലെത്തിയപ്പോൾ ഫ്രാൻസ് വിപ്ലവത്തിന്റെ വക്കിലായിരുന്നു. ജനാധിപത്യത്തിന്റെ ആധാര ശിലകളായ സമത്വം, സ്വാതന്ത്ര്യം, സാഹോദര്യം എന്നീ മുദ്രാ വാക്യങ്ങൾ ലോകത്തിനു നൽകിയ മഹത്തായ ഫ്രഞ്ചു വിപ്ലവ ത്തിന് തൊട്ടരികിൽ. സ്വാതന്ത്ര്യം അതിന്റെ പൂർണ്ണമായ അർത്ഥത്തിൽ ദ്വീപുരാഷ്ട്രത്തിന് എന്നും അന്യമായിരുന്നു.

⏭

ബ്രിട്ടീഷുകാർ

കപ്പടാമീശയും, കുഴിഞ്ഞ കണ്ണുകളുമുള്ള ഒരു ബ്രിട്ടീഷുകാരൻ സിലോണിൽ നിന്നും മാല ദ്വീപിലെത്തി. പേര് എച്ച്. സി. പി ബെൽ. ഹാരി ചാൾസ് പർവിസ് ബെൽ സിലോൺ സിവിൽ സർവ്വീസിൽ കമ്മീഷണറായിരുന്നു. സിരിഗയയും അനുരാധപുരയും ഉൾപ്പെടെ സിലോണിലെ പുരാവസ്തു ഗവേഷണത്തിനും, ഉത്ഘനനത്തിനും നേതൃത്വം നൽകിയത് ബെല്ലായിരുന്നു. വെറും പുരാവസ്തു ശാസ്ത്രജ്ഞനായിരുന്നില്ല ബെൽ. മറിച്ച് ഭാഷയിലും, സാഹിത്യത്തിലും തത്പരനായ ഒരു സൗന്ദര്യാരാധകനായിരുന്നു. എസ്. എസ്. സീഗൾ എന്ന ബ്രിട്ടീഷ് കപ്പൽ ദ്വീപിലെ കോറൽ റീഫിൽ ഇടിച്ച് തകർന്നതിനെക്കുറിച്ച് അന്വേഷിക്കാനായാണ് ബെൽ ആദ്യം മാലദ്വീപിലെത്തുന്നത്. ദ്വീപുകളുടെ സൗന്ദര്യം ബെല്ലിനെ മത്തു പിടിപ്പിച്ചു. സിലോൺ സർവ്വീസിൽ നിന്നും വിരമിച്ച ശേഷം ദ്വീപുകളിൽ ബെൽ പുരാവസ്തു സർവ്വേ നടത്തി.

വടക്കൻ അറ്റോളുകളിലും, തെക്കൻ അറ്റോളുകളിലും നിരവധി ഉദ്ഘനനങ്ങൾക്ക് ബെൽ നേതൃത്വം നൽകി. മാലദ്വീപു സുൽത്താനുമായി അടുത്ത സൗഹൃദം സ്ഥാപിച്ച ബെൽ സുൽത്താന്റെ 'ഫത്തുൽ മജീദ്'എന്ന രാജകീയ ബോട്ടിലായിരുന്നു തെക്കൻ അറ്റോളുകളിൽ പുരാവസ്തു ഗവേഷണം നടത്തിയത്. ദ്വീപുകൾ ഇസ്ലാം മതം സ്വീകരിക്കുന്നതിനു മുമ്പുള്ള സാമൂഹിക വ്യവസ്ഥയെക്കുറിച്ച് പഠിച്ചത് ബെല്ലായിരുന്നു, പ്രത്യേകിച്ചും ആദിമവാസികളായ റെദിനുകളെക്കുറിച്ചും അവരുടെ പിൻഗാമികളായ ബൗദ്ധരെക്കുറിച്ചും. ദ്വീപിലെ ഭാഷയെക്കുറിച്ച് പഠിക്കുക മാത്രമല്ല, സിംഹളരും അറബികളും ആഫ്രിക്കയിൽ നിന്നെത്തിയ

അടിമകളും ഇടകലർന്ന് എങ്ങനെയാണ് ഒരു ജനത രൂപപ്പെട്ട തെന്ന കാഴ്ച്ചപ്പാടും ബെൽ മുന്നോട്ടു വെക്കുന്നുണ്ട്. "The Maldive Islands: Monograph on the history, Archaeology and epigraphy' എന്ന ബെല്ലിന്റെ പുസ്തകമാണ് ദ്വീപു ജനതയുടെ ചരിത്രത്തെയും സംസ്ക്കാരത്തെയും കുറിച്ചുള്ള ആധികാരിക ഗ്രന്ഥം.

വിദൂരമായ ദ്വീപുകളും കമ്മിയായ വിഭവങ്ങളും ബ്രിട്ടീഷു കാരെ ആകർഷിച്ചില്ല. ശ്രീലങ്കയുമായി തട്ടിച്ചു നോക്കുമ്പോൾ ദ്വീപുകൾ അവർക്ക് അനാകർഷണീയമായിരുന്നു. അതിനാൽ അവർ കോളനിവൽക്കരണത്തിന് മുതിർന്നില്ല. വസൂരി പോലുള്ള മാരകരോഗങ്ങളെ അവർക്ക് പേടിയായിരുന്നു താനും. ചാഗോസ് ദ്വീപുകൾക്കടുത്ത തെക്കൻ അറ്റോളുകളുടെ തന്ത്രപ്രധാനമായ സ്ഥാനം എന്തുകൊണ്ട് ഈ ദ്വീപുകളെ സൈനികാവശ്യങ്ങൾക്കായി ഉപയോഗിച്ചു കൂടാ എന്ന ചിന്ത ബ്രിട്ടീഷുകാരിലുണ്ടാക്കി. അങ്ങനെയാണ് അവർ അഡ്ഡുഅറ്റോളിലെ ഗാൻദ്വീപ് പാട്ടത്തിനെടുക്കുന്നത്.

⏭

സംരക്ഷണകാലം

കുന്നുകളും മലകളും കടലും തേയിലത്തോട്ടങ്ങളും നിറഞ്ഞ സിലോണിൽ താവളമടിച്ചിരുന്ന ബ്രിട്ടീഷുകാർക്ക് അങ്ങുമിങ്ങും ചിതറിക്കിടക്കുന്ന കുഞ്ഞൻ ദ്വീപുകൾ അപ്രധാനമായിരുന്നു. എങ്കിലും ഇന്ത്യൻ മഹാസമുദ്രത്തിൽ കണ്ണായ സ്ഥലത്ത് ഒരു സൈനിക കാവൽ കേന്ദ്രം സ്ഥാപിക്കണമെന്ന് അവർ തീരുമാനിച്ചു. 1887 ഡിസംബർ 16 ന് സുൽത്താൻ മുഹമ്മദ് മുയിനുദ്ദീൻ രണ്ടാമനുമായി ബ്രിട്ടീഷുകാർ ഒരു കരാറിൽ ഒപ്പിട്ടു. സുൽത്താന് അങ്ങനെ ഒരു ഉടമ്പടിയിൽ ഒപ്പു വയ്ക്കുന്നതിന് തീരെ താൽപര്യമുണ്ടായിരുന്നില്ല. ദ്വീപുകളുടെ ആഭ്യന്തര കാര്യങ്ങളിൽ തങ്ങൾ ഇടപെടില്ലെന്ന് ബ്രിട്ടൻ അസന്ദിഗ്ദമായി പ്രഖ്യാപിച്ചു. വിദേശകാര്യം, പ്രതിരോധം എന്നീ മേഖലകളിൽ ദ്വീപുകളെ സഹായിക്കാമെന്ന വാഗ്ദാനമാണ് ഉടമ്പടിയിലുള്ളത്. ഈ കാലഘട്ടമാണ് സംരക്ഷണകാലം എന്നറിയപ്പെടുന്നത്. ബ്രിട്ടനുമായി ഉണ്ടാക്കിയ ഉടമ്പടി ദ്വീപുകളെ ഒരു തരത്തിലും ബാധിച്ചില്ല. ബ്രിട്ടൻ അവരുടെ ഒരു ഗവർണ്ണറെ പോലും ദ്വീപിൽ നിയമിച്ചുമില്ല. ദ്വീപുകളിലേക്ക് ആവശ്യമായ സാധനങ്ങൾ സിലോണിൽ നിന്നും നിർബാധം പ്രവഹിച്ചു. ബ്രിട്ടീഷുകാരുടെ സാന്നിദ്ധ്യം നിലനിൽക്കേ തന്നെ സുൽത്താനായിരുന്നു രാജ്യം ഭരിച്ചിരുന്നത്. സുൽത്താന്റെ അധികാരത്തിന് ബ്രിട്ടീഷുകാർ ഒരിക്കലും വെല്ലുവിളി ഉയർത്തിയില്ല.

വിഭജിച്ചു ഭരിക്കുക എന്ന തന്ത്രം ബ്രിട്ടീഷുകാർ അവരുടെ കോളനികളിലുടനീളം പ്രയോഗത്തിൽ വരുത്തിയിരുന്നു. ദ്വീപുകൾ ബ്രിട്ടന്റെ കോളനിയല്ലാതിരുന്നിട്ടും തെക്കൻ അറ്റോളുകളിൽ ബ്രിട്ടൻ ഈ തന്ത്രം ഫലപ്രദമായി ഉപയോഗിച്ചു. അഡ്ഡു

അറ്റോളിലെ ഗാനിൽ സൈനികത്താവളം നിർമ്മിച്ച അവർ തെക്കൻ ദ്വീപുവാസികളെ തലസ്ഥാനമായ മാലെയിലെ ഗവൺമെന്റിനെതിരെ തിരിച്ചു വിട്ടു.

'ഒരാൾക്കെതിരെ മറ്റൊരാൾ' എന്ന ലളിതമായ തന്ത്രമാണ് ദ്വീപിലെ ഭരണാധികാരികൾ കാലാകാലങ്ങളായി പുലർത്തിപ്പോന്നത്. ബ്രിട്ടീഷുകാരുടെ സംരക്ഷണം ആവശ്യപ്പെടാനുള്ള മുഖ്യ കാരണം ബോംബെയിലെ ബോറാ കച്ചവടക്കാർ വ്യാപാരത്തിന്റെ കുത്തകാവകാശം കയ്യടക്കുമെന്ന തോന്നലിൽ നിന്നുമാണ്. 1860 ൽ പാണ്ടികശാലകളും പീടികകളും നിർമ്മിക്കുന്നതിനായാണ് ബോറാ കച്ചവടക്കാർ ദ്വീപുകളിലെത്തുന്നത്. വിദേശ കച്ചവടത്തിന്റെ സമ്പൂർണ്ണാവകാശം അവർ നേടിയെടുത്തു. രാജ്യത്തിന്റെ അധികാരവും അവർ കയ്യടക്കുമോ എന്ന ഭീതിയിലാണ് സുൽത്താൻ ആദ്യം ദ്വീപുകളുടെ സർവ്വേ നടത്താനും പിന്നീട് സംരക്ഷിക്കുവാനുമുള്ള കരാറുകളിൽ ഒപ്പിടുന്നത്.

||

ഭാഗം മൂന്ന്

സ്വതന്ത്ര രാഷ്ട്രം

ബ്രിട്ടന്റെ സംരക്ഷണകാലം പത്തു വർഷത്തോളം നീണ്ടു നിന്നു. പ്രായാധിക്യത്താൽ ബുദ്ധിമുട്ടുന്ന സുൽത്താന് ഭരണകാര്യങ്ങളിൽ ശ്രദ്ധ ചെലുത്താനാവുമായിരുന്നില്ല. സുൽത്താന്റെ പേരിൽ കൗശലക്കാരായ മുഖ്യമന്ത്രിമാരാണ് രാജ്യം ഭരിച്ചിരുന്നത്. സുൽത്താൻ പദവി വെറും ആലങ്കാരികമായ ഒന്നായി മാറി. അധികാരം കയ്യാളിയിരുന്ന മുഖ്യമന്ത്രി തന്നിഷ്ടപ്രകാരം രാജ്യം ഭരിച്ചു. ദ്വീപിൽ സുൽത്താൻ പദവി ഒരു കുടുംബത്തിന്റെ കുത്തകാവകാശമായിരുന്നില്ല. ഉന്നത വ്യക്തികളുടെ ഒരു ഉപദേശക സമിതിയായിരുന്നു സുൽത്താനെ തിരഞ്ഞെടുത്തിരുന്നത്.

അലിഖിത ഭരണഘടനയുള്ള ഒരു രാജ്യം അതിന്റെ കോളനികളിൽ ലിഖിത ഭരണഘടനയുണ്ടാക്കാൻ ബദ്ധശ്രദ്ധരാവുന്ന കാഴ്ച ഏറെ വൈരുദ്ധ്യം നിറഞ്ഞതാണ്. ബ്രിട്ടനിലേതു പോലെയുള്ള ഭരണഘടനാപരമായ രാജവാഴ്ചക്ക് പറ്റിയ ഇടമാണ് ദ്വീപുകൾ എന്ന് ബ്രിട്ടൻ മനസ്സിലാക്കിയിരുന്നു. അവിടെ രാജ്ഞി, ഇവിടെ സുൽത്താൻ. ഭരിക്കുന്നതോ മന്ത്രിമാരും.

ഈ കാഴ്ച്ചപ്പാടിൽ നിന്നുകൊണ്ടാണ് 1932 ൽ സുൽത്താൻ ഷംസുദ്ദീനുമേൽ ആദ്യത്തെ ഭരണഘടന ബ്രിട്ടീഷുകാർ അടിച്ചേൽപ്പിക്കുന്നത്. സുൽത്താൻ ആവശ്യപ്പെട്ട പ്രകാരം ഒരു ഭരണഘടന നിർമ്മിക്കുകയായിരുന്നില്ല, മറിച്ച് ബ്രിട്ടീഷുകാരുടെ മുൻകൈയ്യിൽ ഒരു ലിഖിത ഭരണഘടനയുണ്ടാക്കാനുള്ള ശ്രമമാണ് നടന്നിരുന്നത്. 1934 ൽ സുൽത്താൻ ഷംസുദ്ദീൻ സ്ഥാനഭ്രഷ്ടനാക്കപ്പെടുകയും ഹസ്സൻ നൂറുദ്ദീൻ സുൽത്താനായി അധികാ

രമേൽക്കുകയും ചെയ്തു.

1953 വരെ മാലദ്വീപ് ബ്രിട്ടന്റെ സംരക്ഷണയിൽ കഴിഞ്ഞു. ബ്രിട്ടീഷുകാരുമായുള്ള സമ്പർക്കത്തിലൂടെ ഇംഗ്ലീഷ് സംസാരിക്കുന്ന, പുരോഗമനേച്ഛുക്കളായ ഒരു പുതിയ തലമുറ ദ്വീപിൽ ഉടലെടുത്തു. അവർ സുൽത്താന്റെ നിസ്സംഗതയിലും മന്ത്രിമാരുടെ അമിതാധികാരത്തിലും അസംതൃപ്തരായിരുന്നു. രാജ്യപുരോഗതിയെ പുറകോട്ടടിക്കുന്ന അധികാര കേന്ദ്രീകരണത്തെ അവർ വെല്ലു വിളിച്ചു. ഇംഗ്ലീഷ് വിദ്യാഭ്യാസം നേടിയ യുവാക്കളുടെ നേതൃത്യത്തിൽ രോഷാകുലരായ ആൾക്കൂട്ടം തെരുവിൽ ഭരണഘടന കീറിയെറിഞ്ഞു.

⏭

മുഹമ്മദ് അമീൻ ദീദി

വെടിവെച്ചു കൊലപ്പെടുത്തിയ ഒട്ടേറെ പ്രസിഡണ്ടുമാരുടെയും പ്രധാനമന്ത്രിമാരുടെയും കഥകൾ നാം കേട്ടിട്ടുണ്ട്. അമേരിക്കൻ ഐക്യനാടുകളിൽ നിന്നും, തെക്കേ അമേരിക്കയിൽ നിന്നും, ആഫ്രിക്കയിൽ നിന്നും, ചില ഏഷ്യൻ രാജ്യങ്ങളിൽ നിന്നുമൊക്കെ. എന്നാൽ ആൾക്കൂട്ടം തെരുവിൽ അടിച്ചുകൊന്ന ഒരു പ്രസിഡണ്ടിനെക്കുറിച്ച് കേട്ടിട്ടുണ്ടോ? അതും ക്രാന്തദർശിയായ ഒരു ഭരണാധികാരിയെ! അതാണ് മാലദ്വീപിന്റെ പ്രഥമ പ്രസിഡണ്ടായിരുന്ന മുഹമ്മദ് അമീൻ ദീദി.

ആധുനിക മാലദ്വീപിന്റെ പിതാവ് എന്നു വിശേഷിപ്പിക്കപ്പെടുന്ന ഭരണതന്ത്രജ്ഞനും, ഉൾക്കാഴ്ചയും ദീർഘ വീക്ഷണവും ഒത്തിണങ്ങിയ ഒരു ഭരണാധികാരിയുമായിരുന്നു മുഹമ്മദ് അമീൻ ദീദി. ഇംഗ്ലീഷ് വിദ്യാഭ്യാസം സിദ്ധിച്ച ദീദി, പുരോഗമനപരവും രാജ്യത്തിന്റെ വികസനത്തിന് ഉതകുന്നതുമായ ഒട്ടേറെ സുപ്രധാനമായ തീരുമാനങ്ങൾ എടുത്ത വ്യക്തിയാണ്. അന്ധവിശ്വാസികളും യാഥാസ്ഥിതികരുമായ ഒരു സമൂഹത്തിന് നേർവഴി കാട്ടിക്കൊടുത്ത ഒരു നേതാവായിരുന്നു ദീദി. അദ്ദേഹം തെരുവിൽ കൊല ചെയ്യപ്പെട്ടു എന്നത് ചരിത്രത്തിലെ ഏറ്റവും വലിയ വൈരുദ്ധ്യങ്ങളിൽ ഒന്നാണ്.

1953 ൽ സുൽത്താനേറ്റ് നിർത്തലാക്കുകയും രാജ്യം റിപ്പബ്ലിക്കായി മാറുകയും ചെയ്തു. റിപ്പബ്ലിക്കിന്റെ ആദ്യത്തെ പ്രസിഡണ്ടായി മുഹമ്മദ് അമീൻ ദീദിയെ തെരഞ്ഞെടുത്തു. 1940 ൽ പ്രധാനമന്ത്രിയായി പ്രവർത്തിച്ച അനുഭവസമ്പത്തുള്ള ദീദിഭാവിയിലേക്കുള്ള വളരെ സുപ്രധാനമായ ചുവടുവെപ്പുകൾ നടത്തി.

മത്സ്യകയറ്റുമതി വ്യവസായം ദേശസാൽക്കരിച്ചത് ദീദിയുടെ മുൻകൈയിലായിരുന്നു. ഇംഗ്ലീഷ് വിദ്യാഭ്യാസത്തിന്റെ ആവശ്യ കത തിരിച്ചറിഞ്ഞ ദീദി രാജ്യത്ത് ഇംഗ്ലീഷ് മീഡിയം സ്ക്കൂളുകൾ സ്ഥാപിച്ചു. സ്ത്രീകളുടെ അവകാശങ്ങളെപ്പറ്റി പൂർണ്ണ ബോധ്യ മുള്ള ഒരു നേതാവായിരുന്നു ദീദി. തികഞ്ഞ പുരോഗമനവാദി യായ അദ്ദേഹത്തെ പുറത്താക്കാൻ യാഥാസ്തിഥികർ കോപ്പു കൂട്ടിയതിൽ ഒട്ടും അത്ഭുതപ്പെടാനില്ല.

രണ്ടാം ലോക മഹായുദ്ധകാലത്ത് ദ്വീപുകളിൽ ഭക്ഷ്യക്ഷാമം രൂക്ഷമായി. അത്യാവശ്യ സാധനങ്ങൾക്ക് ദൗർലഭ്യം നേരിട്ടു. ജനങ്ങൾ ഗവൺമെന്റിനെതിരെ കലാപം അഴിച്ചു വിട്ടു. കുറുമ്പ ദ്വീപിൽ രോഷാകുലരായ ആൾക്കൂട്ടം രാജ്യത്തിന്റെ പ്രഥമ രാഷ്ട്രപതിയെ അടിച്ചുകൊന്നു!

⏭

പിന്തിരിഞ്ഞ് മുന്നോട്ട്

നിർണ്ണായകമായ വഴിത്തിരിവുകളിൽ നിന്നും മുന്നോട്ട് പോകുന്നതിനു പകരം പുറകോട്ടു പോകുന്ന കാഴ്ച ദ്വീപുകളുടെ രാഷ്ട്രീയ ചരിത്രത്തിൽ പലതവണ സംഭവിച്ചിട്ടുണ്ട്. റിപ്പബ്ലിക്ക് പദവിയിൽ നിന്നും വീണ്ടും സുൽത്താൻ പദവിയിലേക്ക് എത്തിയതാണ് ആദ്യ സംഭവം. മുഹമ്മദ് അമീൻ ദീദിയുടെ കൊലപാതകത്തെത്തുടർന്ന് റിപ്പബ്ലിക്ക് പദവി നിർത്തലാക്കുകയും രാജ്യത്ത് പുതിയ സുൽത്താൻ അവരോധിതനാവുകയും ചെയ്തു. രണ്ടാം ലോകമഹായുദ്ധം ദ്വീപുകൾക്ക് സമ്മാനിച്ച ദുരിതങ്ങളുടെ രക്തസാക്ഷി മാത്രമായിരുന്നില്ല ദ്വീപുകളുടെ ആധുനികവൽക്കരണത്തിന് നാന്ദി കുറിച്ച ദീദി. യാഥാസ്ഥിതിക മനസ്സുകൾക്ക് പുരോഗമനനേച്ഛുക്കൾക്ക് മേലുള്ള മേൽകൈയുടെ തെളിവുകൂടിയാണ് ദീദിയുടെ കൊലപാതകം. 94 -ാമത്തെ സുൽത്താനായി മുഹമ്മദ് ഫരീദ് ദീദി അവരോധിക്കപ്പെട്ടു.

ദുർബലരായ സുൽത്താൻമാർക്കു കീഴിൽ അതിശക്തരായ പ്രധാനമന്ത്രിമാരുടെ ഉദയം ദ്വീപുകളുടെ ചരിത്രത്തിന്റെ മറ്റൊരു പ്രത്യേകതയാണ്. മുഹമ്മദ് അമീൻ ദീദി അത്തരത്തിൽ ഉയർന്നു വന്ന ഒരു നേതാവായിരുന്നു. ഇബ്രാഹിം നാസിറാണ് മറ്റൊരാൾ.

മാലദ്വീപിനെ ബ്രിട്ടീഷുകാരിൽ നിന്നും മോചിപ്പിക്കുന്നതിനായി അക്ഷീണം പ്രയത്നിച്ച നേതാവായിരുന്നു ഇബ്രാഹിം നാസിർ. ബ്രിട്ടീഷുകാരുടെ സംരക്ഷണകാലത്ത് അവരുമായി നിരന്തരം ചർച്ചകൾ നടത്തുകയും ഭൂമിശാസ്ത്രപരമായ അഖണ്ഡതക്കും രാഷ്ട്രീയ സ്വാതന്ത്ര്യത്തിനും വേണ്ടി നിലകൊ

ള്ളുകയും ചെയ്തു നാസിർ. മാലദ്വീപിന്റെ രാഷ്ട്രീയ സ്വാതന്ത്ര്യവുമായി ബന്ധപ്പെട്ട ആദ്യത്തെ കരടുരേഖ 1964ലാണ് സമർപ്പിക്കപ്പെട്ടത്. ശ്രീലങ്കയിലെ ബ്രിട്ടീഷ് ഹൈക്കമ്മീഷണറായിരുന്ന സർ മൈക്കിൾ വാക്കറാണ് ബ്രിട്ടീഷ് ഗവൺമെന്റിനു വേണ്ടി സ്വാതന്ത്ര്യകരാറുകളിൽ ഒപ്പു വച്ചത്. 1965 ജൂലായ് 26 ന് പത്തു മണിക്കാണ് മാലദ്വീപിന് സമ്പൂർണ്ണാധികാരം കൈമാറിക്കൊണ്ടുള്ള ചടങ്ങിൽ മൈക്കിൾ വാക്കറുടെ ശ്രീലങ്കയിലെ വസതിയിൽ വച്ച് ഇബ്രാഹിം നാസിർ ഒപ്പു വച്ചത്. 1965 സെപ്തംബർ 21 ന് മാലദ്വീപ് ഐക്യരാഷ്ട്രസഭയിൽ അംഗമായി. 1968 ഏപ്രിൽ ഒന്നിന് ജനഹിത പരിശോധനയിലൂടെ സുൽത്താനേറ്റ് നിർത്തലാക്കുകയും മാലദ്വീപ് വീണ്ടും ഒരു റിപ്പബ്ലിക്കായിത്തീരുകയും ചെയ്തു. 1968 നവംബർ 11 ന് ഇബ്രാഹിം നാസിർ സ്വതന്ത്ര റിപ്പബ്ലിക്കിന്റെ ആദ്യ പ്രസിഡന്റായി നിയമിതനായി.

ഇബ്രാഹിം നാസിർ

'അധികാരം മനുഷ്യനെ ദുഷിപ്പിക്കുന്നു; അമിതാധികാരം അമിതമായി ദുഷിപ്പിക്കുന്നു.' – ഈ ആപ്തവാക്യം ഏറ്റവും കൂടുതൽ യോജിക്കുന്ന ഒരു വ്യക്തിയാണ് പ്രസിഡണ്ട് നാസിർ. ദ്വീപുകളുടെ സ്വാതന്ത്ര്യത്തിന്റെ ശിൽപ്പിയിൽ നിന്നും അധികാര ദുരമൂത്ത് ജനാധിപത്യശ്രമങ്ങളെ അടിച്ചമർത്തുന്ന സ്വേച്ഛാധിപതിയിലേക്കുള്ള നാസിറിന്റെ പരിവർത്തനം അമ്പരപ്പിക്കുന്നതാണ്. സ്വന്തമായി റിസോർട്ടുകളും, സിനിമാ ടോക്കീസും, ട്രാവൽ ഏജൻസിയും നടത്തിയിരുന്ന ഒരു പ്രസിഡണ്ട്. അധികാരം നഷ്ടപ്പെടുമെന്ന അവസ്ഥ വന്നപ്പോൾ കോടിക്കണക്കിന് ഡോളറുകളുമായി സിംഗപ്പൂരിലേക്ക് കടന്നു കളഞ്ഞയാൾ! പ്രസിഡണ്ട് നാസിറിനെതിരായുള്ള ആരോപണങ്ങൾ നിരവധിയാണ്.

1968 മുതൽ 1978 വരെ 10 വർഷം ദ്വീപുകളുടെ ഭരണാധികാരിയായിരുന്നു ഇബ്രാഹിം നാസിർ. സുൽത്താൻ ഭരണത്തിൽ നിന്നും വിടുതൽ നേടി റിപ്പബ്ലിക്കായി മാറിയ രാജ്യത്തിന് പുരോഗതിയുടെ പടവുകൾ കയറാൻ പര്യാപ്തനായ വ്യക്തിയായാണ് എല്ലാവരും നാസിറിനെ കണ്ടിരുന്നത്. എന്നാൽ ഓരോ വർഷം കഴിയുന്തോറും നാസിറിന്റെ ഏകാധിപത്യ സ്വഭാവം വർദ്ധിച്ചു കൊണ്ടേയിരുന്നു.

പുറകോട്ടു ചീകിയൊതുക്കിയ മുടി, തീക്ഷ്ണമായ കണ്ണുകൾ, ദൃഢതയുടെ പര്യായമായ മുഖം. ദ്വീപുകൾക്ക് സുൽത്താന്മാരെ സംഭാവന ചെയ്ത തീമുഗെ വംശത്തിലാണ് നാസിറിന്റെ ജനനം. മുപ്പത്തിയേഴാം വയസ്സിൽ പ്രധാനമന്ത്രിയായ നാസിർ

മോട്ടോർ ഘടിപ്പിച്ച മത്സ്യബന്ധന ബോട്ടുകൾ കടലിലിറക്കി ദ്വീപുകളുടെ ആധുനികവൽക്കരണത്തിന് നാന്ദി കുറിച്ചു. 1965 ജൂലായ് 26 ന് ബ്രിട്ടനുമായി സ്വാതന്ത്ര്യകരാറിൽ ഒപ്പുവെച്ച നാസിർ മൂന്നു വർഷങ്ങൾക്കു ശേഷം റിപ്പബ്ലിക്കിന്റെ ആദ്യ പ്രസിഡണ്ടായി നിയമിതനായി. മത്സ്യബന്ധനം മാത്രം ഉപജീവന മാർഗ്ഗമായുണ്ടായിരുന്ന ഒരു കൊച്ചു രാജ്യത്തെ ലോക ടൂറിസം ഭൂപടത്തിൽ അടയാളപ്പെടുത്തിയത് നാസിറാണ്. 1972 മാർച്ചിലാണ് പരമ്പരാഗത രീതിയിൽ കുറുമ്പ ദ്വീപിൽ ആദ്യത്തെ ടൂറിസ്റ്റ് റിസോർട്ട് നിലവിൽ വന്നത്.

വികസനത്തിൽ രാജ്യം ഒരു കുതിച്ചുചാട്ടം നടത്തിയത് ഇബ്രാഹിം നാസിറിന്റെ കാലത്താണ്. ബ്രിട്ടീഷ് രീതിയിലുള്ള വിദ്യാഭ്യാസം ദ്വീപിൽ ഏർപ്പെടുത്തിയ അദ്ദേഹം റേഡിയോ, ടെലിവിഷൻ തുടങ്ങിയ മാധ്യമങ്ങളും ആരംഭിച്ചു. രാജ്യത്തിന് ഐക്യരാഷ്ട്രസഭയിൽ അംഗത്വം നേടിക്കൊടുത്ത നാസിർ തന്നെയാണ് 1966 ഏപ്രിലിൽ ആദ്യത്തെ വിമാനത്താവളം സ്ഥാപിച്ച് ടൂറിസം വ്യവസായത്തിലൂടെ ദ്വീപുരാഷ്ട്രത്തിന്റെ സാമ്പത്തികാടിത്തറ കെട്ടിപ്പൊക്കിയത്. അറ്റോൾ എഡ്യുക്കേഷൻ സെന്റർ, ഹെൽത്ത് സെന്റർ, ഫിഷ് കാനിംഗ് ഫാക്ടറി, മാലദ്വീപ് ഷിപ്പിംഗ് ലിമിറ്റഡ് തുടങ്ങിയവ ആരംഭിച്ചത് നാസിറിന്റെ കാലത്താണ്. ആധുനിക രീതിയിലുള്ള ആദ്യത്തെ ആശുപത്രി 1967 ഒക്ടോബറിൽ സ്ഥാപിച്ച നാസിർ തന്നെയാണ് 'തണ' എന്ന തദ്ദേശീയമായ അക്ഷരമാലയ്ക്ക് പകരം ലാറ്റിൻ അക്ഷരമാല പ്രയോഗത്തിൽ വരുത്തിയത്.

തികഞ്ഞ ഏകാധിപതിയായിരുന്നു നാസിർ. അദ്ദേഹത്തിന്റെ ഭരണകാലത്ത് തെരുവുകളിൽ ഭയം നടമാടി. ഗവൺമെന്റിനെ വിമർശിക്കാൻ ആരും ധൈര്യപ്പെട്ടില്ല. എതിർ ശബ്ദങ്ങളെ ഉരുക്കുമുഷ്ടി കൊണ്ട് നാസിർ അടിച്ചമർത്തി. എതിർത്തവരെ ആൾപ്പാർപ്പില്ലാത്ത ദ്വീപുകളിലേക്ക് നാടു കടത്തി. ചാരപ്പോലീസുകാർ ജനങ്ങളുടെ അഭിപ്രായങ്ങളും എതിർപ്പുകളും അപ്പപ്പോൾ ഗവൺമെന്റിനെ അറിയിച്ചു. അഡ്ഡു അറ്റോളിലെ ഗാൻദ്വീപ് ബ്രിട്ടീഷുകാർക്ക് പാട്ടത്തിനു കൊടുത്തിരുന്നു. ബ്രിട്ടീഷുകാർ അവിടെ ഒരു കാവൽ കേന്ദ്രവും എയർസ്ട്രിപ്പും നിർമ്മിച്ചു. ബ്രിട്ടീഷുകാരുമായി ഒപ്പു വെച്ച കരാർ പുന:പരിശോധിക്കാൻ തീരുമാനിച്ചതോടെ നാസിർ അവരുടെ കണ്ണിലെ കരടായി. അഡ്ഡു അറ്റോളിലെ ജനങ്ങളെ ബ്രിട്ടീഷുകാർ നാസിറിന്റെ ഗവൺമെന്റിനെതിരെ തിരിച്ചുവിട്ടു. അഡ്ഡുവിലെയും, ഹുവദുവിലെയും, ഫുവമു

ലാകിലെയും ജനങ്ങൾ ഐക്യസുവദിവ റിപ്പബ്ലിക്ക് രൂപീകരിച്ച് മാലദ്വീപിൽ നിന്നും വേറിട്ട് പ്രത്യേക രാജ്യമായി നിലകൊണ്ടു. മാലെയിൽ നിന്നെത്തിയ നാസിറിന്റെ ഗൺ ബോട്ടുകൾ ഈ ശ്രമത്തെ അടിച്ചമർത്തി.

മൗമൂൺ അബ്ദുൾഖയൂം പ്രസിഡണ്ടായിരുന്ന കാലത്ത് നാസിറിനെ പരസ്യമായി പരിഹസിച്ചിരുന്നു. എന്നാൽ നാസിർ രാജ്യം വിട്ടപ്പോൾ മാത്രമാണ് മൗമൂണിന് നാസിറിനെതിരെ സംസാരിക്കാൻ നാവു പൊന്തിയത്. മൗമൂണിന്റെ സർക്കാർ നാസിറിന്റെ അസാന്നിദ്ധ്യത്തിൽ അദ്ദേഹത്തെ കുറ്റവിചാരണ ചെയ്തു. 1953ൽ മുഹമ്മദ് അമീൻ ദീദിയെ അടിച്ചു കൊല്ലാൻ ജനങ്ങളെ പ്രേരിപ്പിച്ചതും, ഭരണകാലത്ത് അഴിമതി നടത്തിയതും, കോടിക്കണക്കിന് ഡോളറുകളുമായി സിംഗപ്പൂരിലേക്ക് കടന്നു കളഞ്ഞതും നാസിറിനെതിരെയുള്ള ആരോപണങ്ങളാണ്. കുറ്റ വിചാരണയ്ക്കു ശേഷം 1981 ൽ ഖയൂം, നാസിറിനെ -അദ്ദേഹത്തിന്റെ അസാന്നിദ്ധ്യത്തിൽ-ജയിലിലേക്ക് അയക്കുന്നതായി പ്രഖ്യാപിച്ചു. എന്നാൽ നാസിറിനെതിരായുള്ള കുറ്റങ്ങളൊന്നും ഖയൂമിന് തെളിയിക്കാനായില്ല. തുടർന്ന് 1990 ൽ ഖയൂമിന്റെ ഗവൺമെന്റ് നാസിറിന് മാപ്പു നൽകിയെങ്കിലും രാജ്യത്ത് കാലുകുത്താൻ അനുവദിച്ചില്ല. തന്റെ 82-ാം വയസ്സിൽ 2008 നവംബർ 22 ന് സിംഗപ്പൂരിലെ മൗണ്ട് എലിസബത്ത് ആശുപത്രിയിൽ വെച്ച് ഇബ്രാബിം നാസിർ അന്തരിച്ചു. മരണാനന്തരം നാസിറിന്റെ ഭൗതികശരീരം മാലെയിലേക്ക് കൊണ്ടു വരികയും 'വെള്ളിയാഴ്ച്ച പള്ളി'യുടെ അടുത്തുള്ള ഖബറിടത്തിൽ അടക്കം ചെയ്യുകയും ചെയ്തു.

ഐക്യ സുവദിവ റിപ്പബ്ലിക്ക്

രണ്ടാം ലോക മഹായുദ്ധകാലത്താണ് തെക്കൻ അറ്റോളായ അഡ്ഡുവിലെ ഗാൻ എയർസ്ട്രിപ്പ് പുതുക്കിപ്പണിയാനുള്ള അനുവാദം ബ്രിട്ടീഷുകാർക്ക് ലഭിച്ചത്. 1956 ൽ RAF - റോയൽ എയർഫോഴ്സ് - ഇതിനെ ഒരു കാവൽ കേന്ദ്രമായി വികസിപ്പിച്ചു. പ്രതിവർഷം രണ്ടായിരം പൗണ്ട് എന്ന നിരക്കിലാണ് നൂറു വർഷത്തേക്ക് ഗാൻ ദ്വീപ് ബ്രിട്ടീഷുകാർ പാട്ടത്തിന് വാങ്ങിയത്. ഈ കരാറിനെതിരെ ദ്വീപിൽ പ്രതിഷേധങ്ങൾ ഉയരാൻ തുടങ്ങി. 1957 ൽ പ്രധാനമന്ത്രി ഇബ്രാഹിം കിലെഗെഫാനുവിന് ഈ പ്രശ്നത്തിൽ രാജി വയ്ക്കേണ്ടി വന്നു. അങ്ങനെയാണ് ഇബ്രാഹിം നാസിർ പ്രധാനമന്ത്രിപദത്തിലെത്തുന്നത്. ഗാനിൽ താമസിച്ചിരുന്നവരെ തൊട്ടടുത്ത ദ്വീപുകളായ മറദുവിലും ഫെയ്ദുവിലും മാറ്റി പാർപ്പിച്ച്, അഡ്ഡു അറ്റോളിലെ ജനങ്ങളെ ജോലിക്കെടുത്തുകൊണ്ട് ബ്രിട്ടീഷുകാർ പ്രവർത്തിച്ചു. പ്രധാനമന്ത്രിയായ ഉടനെത്തന്നെ നാസിർ പാട്ടക്കരാർ പുന:പരിശോധിക്കാനും പാട്ടത്തിന്റെ കാലയളവ് ചുരുക്കാനും വാർഷിക അടവ് കൂട്ടാനും ആവശ്യപ്പെട്ടു. ബ്രിട്ടീഷുകാർ അഡ്ഡുവിലെ ജനങ്ങളെ ജോലിക്കെടുക്കരുത് എന്നും നാസിർ ഉത്തരവിട്ടു.

വിഭജിച്ച് ഭരിക്കുക എന്ന കൊളോണിയൽ തന്ത്രം ബ്രിട്ടൻ അഡ്ഡുവിൽ പ്രയോഗിച്ചു. തെക്കൻ അറ്റോളുകളായ അഡ്ഡു, ഹുവദു, ഫുവമുലാഹ് എന്നിവിടങ്ങളിൽ ജനങ്ങൾ അസംതൃപ്തരായിരുന്നു. ഈ അവസരം മുതലെടുത്ത് പ്രസ്തുത അറ്റോളുകളിലെ ജനങ്ങളെ ബ്രിട്ടൻ മാലെയിലെ ഗവൺമെന്റിനെതിരെ തിരിച്ചുവിട്ടു. നാസിർ ബ്രിട്ടനോട് ഗാനിലെ പണി നിർത്തിവെക്കാൻ ആവശ്യപ്പെട്ടു. അവർ വിസമ്മതിച്ചു.

മാലെയിൽ പോകാതെ നേരിട്ട് കൊളംബോയിലെത്താനും

ഉണക്കമീൻ (ഹിക്കിമസ്- കൊളംബോയിൽ 'മാലെമസ്'എന്നറിയപ്പെടുന്നു) കച്ചവടം നടത്തി അരിയും സാധനങ്ങളും വാങ്ങി വരാനും അഡ്ഡുവിലെ ജനങ്ങൾക്ക് വളരെ മുൻപ് തന്നെ സാധിച്ചിരുന്നു. മാലെ വഴിയല്ലാത്ത എല്ലാ കച്ചവടങ്ങളും നാസിർ നിയമവിരുദ്ധമായി പ്രഖ്യാപിച്ചു. 1959 ജനുവരിയിൽ ബ്രിട്ടീഷുകരാുടെ മൗനാനുവാദത്തോടെ മാലദ്വീപിന്റെ ദേശീയപതാക ഒരു കൂട്ടം ആളുകൾ കീറിയെറിഞ്ഞു. അറ്റോൾ ഓഫീസ് കത്തിച്ചു. അഡ്ഡു, ഹുവദു, ഫുവമുലാഹ് എന്നീ അറ്റോളുകളിലെ ജനങ്ങൾ മാലെ ഗവൺമെന്റുമായുള്ള എല്ലാ ബന്ധങ്ങളും വിച്ഛേദിച്ചുകൊണ്ട് ഒരു സ്വതന്ത്രരാഷ്ട്രമായി പ്രഖ്യാപിച്ചു. അബ്ദുള്ള അഫീഫ് ദീദിയെ പുതിയ രാജ്യത്തിന്റെ പ്രസിഡണ്ടായി തിരഞ്ഞെടുത്തു.

തെക്കൻ അറ്റോളുകളിലെ കലാപം അടിച്ചമർത്താൻ മാലദ്വീപ് ഗവൺമെന്റിന്റെ ഉടമസ്ഥതയിലുള്ള ഒരു കപ്പൽ പിറ്റേന്ന് രാവിലെ അഡ്ഡു തീരത്തെത്തി. കപ്പലിന്റെ ഡെക്കിൽ നിന്നും ജനങ്ങൾക്ക് നേരെ തുരുതുരാ വെടിവെച്ചു. ലാത്തിയും റൈഫിളുമേന്തിയ ഒരു സംഘം കരയിലെത്തി ജനങ്ങളെ നേരിട്ടു. പോരാട്ടം രാത്രിയോളം തുടർന്നു. കല്ലും കമ്പും കോറൽ കഷ്ണങ്ങളും മാത്രം ആയുധങ്ങളായുണ്ടായിരുന്ന ജനങ്ങളെ നാസിറിന്റെ സംഘം എളുപ്പത്തിൽ പരാജയപ്പെടുത്തി. കലാപകാരികളിൽചിലരെ വെടിവെച്ചു കൊന്നു. നേതാക്കന്മാരുടെ നേരെ മൃഗീയമായ മർദ്ദനം അഴിച്ചുവിട്ടു. ചിലരെ ചങ്ങലക്കിട്ട് പിടിച്ചുകൊണ്ടു പോയി. അബ്ദുള്ള അഫീഫ് ദീദി അന്നത്തെ ബ്രിട്ടീഷ് കോളനിയായിരുന്ന സീഷെൽസിലേക്ക് പലായനം ചെയ്തു. ബാക്കിയുള്ള നേതാക്കളെ നാസിർ മാലദ്വീപിലെ പല ദ്വീപുകളിലായി നാടു കടത്തി.

ഇബ്രാഹിം നാസിർ ബ്രിട്ടീഷുകാരുമായി ചർച്ചകൾ തുടരുകയും ഒരു പുതിയ കരാറിൽ ഒപ്പിടുകയും ചെയ്തു. 1960 മുതൽ 1986 വരെ മുപ്പതു വർഷത്തേക്ക് ഗാൻ ബ്രിട്ടീഷുകാർക്ക് പാട്ടത്തിനു കൊടുക്കുന്നതായി, തീയ്യതി പുറകോട്ടിട്ട്, നാസിർ കരാറിലൊപ്പിട്ടു. 100, 000 പൗണ്ട് വർഷം തോറും പാട്ടത്തുകയായി നൽകുന്നതിനു പുറമേ ബ്രിട്ടീഷുകാർ 750, 000 പൗണ്ട് വികസന പദ്ധതികൾ പൂർത്തീകരിക്കുന്നതിന് നൽകുകയും വേണം. എന്നാൽ പാട്ടക്കാലാവധി പത്തു വർഷം ബാക്കിയിരിക്കേ 1976 ൽ ബ്രിട്ടീഷുകാർ സ്ഥലം വിട്ടു. ഗാൻ ഒരു പ്രേതസ്ഥലിയായി ഇന്നും അവശേഷിക്കുന്നു.

മൗമൂൺ അബ്ദുൾ ഖയൂം

സിലോണിലും കെയ്റോയിലെ അൽ അസർ യൂണിവേഴ്സിറ്റിയിലും പഠിച്ച മൗമൂൺ അബ്ദുൾ ഖയൂം, ഇബ്രാഹിം നാസിറിന്റെ ഭരണശൈലി വളരെ അടുത്തു നിന്നു കണ്ടു പഠിച്ച തന്ത്രജ്ഞനായ രാഷ്ട്രീയക്കാരനായിരുന്നു. ഇബ്രാഹിം നാസിർ ഇസ്രായേലുമായി നയതന്ത്രബന്ധം സ്ഥാപിച്ചതിൽ പ്രതിഷേധിച്ച് ദ്വീപ് ഗവൺമെന്റിന് കത്തെഴുതിയ കെയ്റോയിൽ പഠിക്കുന്ന വിദ്യാർത്ഥികളിൽ മൗമൂണും ഉൾപ്പെട്ടിരുന്നു. നാസിറിന്റെ ഗവൺമെന്റ് വിദ്യാർത്ഥികളുടെ ഗ്രാന്റുകൾ നിർത്തലാക്കി. പഠനാനന്തരം 1969 സെപ്തംബറിൽ നൈജീരിയയിലെ കാനോയിൽ അഹ്മദ് ബെല്ലോ യൂണിവേഴ്സിറ്റിയിൽ ഇസ്ലാമിക് സ്റ്റഡീസിൽ ലക്ചറർ ആയി നിയമിതനായി. 1971 ജൂലായിൽ മൗമൂൺ മാലദ്വീപിൽ തിരിച്ചെത്തി അമീനിയ സ്ക്കൂളിൽ (മുഹമ്മദ് അമീൻ ദീദിയുടെ പേരിൽ അറിയപ്പെടുന്ന സ്കൂൾ) അദ്ധ്യാപകനായി ജോലി ആരംഭിച്ചു. ചാരപ്പോലീസിന്റെ വലയിൽ പെട്ട് മൗമൂൺ അറസ്റ്റു ചെയ്യപ്പെടാനുള്ള സാധ്യത അദ്ദേഹത്തിന്റെ പല സുഹൃത്തുക്കളും കണക്കു കൂട്ടിയിരുന്നു. 1972 ജൂലായിൽ ഇബ്രാഹിം നാസിർ മൗമൂണിനെ വിളിച്ചു വരുത്തി പള്ളിയിൽ ഇമാം നൽകുന്ന സന്ദേശങ്ങൾ പുതുക്കി എഴുതാൻ ആവശ്യപ്പെട്ടു. ആ വർഷം തന്നെ മൗമൂണിന് ഷിപ്പിംഗ് വകുപ്പിൽ മാനേജരായി നിയമനം കിട്ടി. മാലദ്വീപിന്റെ സമ്പദ് വ്യവസ്ഥയിൽ 1972ന് സവിശേഷമായ സ്ഥാനമുണ്ട്. കുറുമ്പ, ബാണ്ടോസ് എന്നീ ദ്വീപുകൾ വിദേശ ടൂറിസ്റ്റുകൾക്ക് തുറന്നു കൊടുത്തത് ആ വർഷമാണ്. സകലരെയും അമ്പരപ്പിച്ചുകൊണ്ട് ദ്വീപുകളിലേക്ക് ടൂറിസ്റ്റുകളുടെ തള്ളിക്കയറ്റമുണ്ടായി. പ്രസിഡണ്ട് നാസിർ ക്രസന്റ് ട്രാവൽ ഏജൻസി എന്ന പേരിൽ സ്വന്തമായി ട്രാവൽ ഏജൻസി പോലും തുടങ്ങി. മുഹമ്മദ് ഉമ്മർ മാണിക്കുവാണ് ഓലയും പായയു

മൊക്കെ ഉപയോഗിച്ച് കുറുമ്പ ദ്വീപ് ടൂറിസത്തിനായി തനതു ശൈലിയിൽ സജ്ജമാക്കിയത്. ആദ്യകാല ടൂറിസ്റ്റുകൾ പരിസ്ഥിതി നാശം വരുത്തുക മാത്രമല്ല, ദ്വീപ് സംസ്ക്കാരത്തിന് അന്യമായിരുന്ന നഗ്നസ്നാനവും, മദ്യപാനവുമൊക്കെ കൊണ്ടു വരികയും ചെയ്തു. മാലദ്വീപിന്റെ മുഖ്യ വരുമാന മാർഗ്ഗമായിരുന്ന ഉണക്ക മത്സ്യ കയറ്റുമതി സിലോണിൽ നിരോധിച്ച വർഷം തന്നെയാണ് ടൂറിസ്റ്റ് റിസോർട്ടുകൾ ആരംഭിച്ചതും. ടൂറിസത്തിൽ നിന്ന് കിട്ടിയ വരുമാനം സാധാരണ ജനങ്ങളിലേക്ക് എത്തിയില്ല. സമ്പത്ത് പ്രസിഡണ്ട് അടക്കമുള്ള പല ഉന്നതരുടെയും കൈകളിൽ കുമിഞ്ഞുകൂടി. ഇബ്രാഹിം നാസിർ മാലദ്വീപിന്റെ സി. ഇ. ഒ ആയി സ്വയം അവരോധിച്ചു. 1973 ൽ പീനൽ കോഡിന്റെ 38 ാം വകുപ്പ് പ്രകാരം വഞ്ചനാകുറ്റം ആരോപിച്ച് മൗമൂണിനെ നാസിർ വീട്ടു തടങ്കലിലാക്കി. കോടതിയിലെ വിചാരണയ്ക്കുശേഷം 1973 മെയ് 14ന് നാലു വർഷത്തേക്ക് ഹാദാൽ അറ്റോളിലെ മാകുനുദു ദ്വീപിലേക്ക് നാടുകടത്തി. വിദൂരമായ ദ്വീപുകളിലേക്കുള്ള നാടുകടത്തലാണ് ദ്വീപിൽ കുറ്റകൃത്യങ്ങൾക്ക് കൊടുത്തിരുന്ന ശിക്ഷ.

മാകുനുദുവിനെ കൂടാതെ ഫുവമുലാഹ്, ഒലുവെലിഫുഷി തുടങ്ങിയ ലഗൂണില്ലാത്ത, അപകടകരമായ റീഫിന്റെ സാന്നിദ്ധ്യമുള്ള, ദ്വീപുകളും കുറ്റവാളികളെ നാടുകടത്താനായി ഉപയോഗിച്ചിരുന്നു. നാസിർ വീണ്ടും അഞ്ചു വർഷത്തേക്ക് പ്രസിഡണ്ടായി തിരഞ്ഞെടുക്കപ്പെട്ടതിന് നൽകിയ പൊതുമാപ്പിന്റെ അടിസ്ഥാനത്തിൽ, ഒക്ടോബർ 13 ന്, അലി മുഹമ്മദ് എന്ന മുക്കുവന്റെ കൂടെ കഴിഞ്ഞിരുന്ന മൗമൂണിനെ സ്വതന്ത്രനാക്കി. മാലെയിൽ തിരിച്ചെത്തിയ ശേഷം മൗമൂൺ പള്ളിയിൽ ഇമാമായി. തുടർന്ന് മൗമൂണിന്റെ ചിരകാല സുഹൃത്തായ അഹമ്മദ് സാകിയുടെ നിയന്ത്രണത്തിലുണ്ടായിരുന്ന ടെലി കമ്യൂണിക്കേഷൻ വകുപ്പിൽ അണ്ടർ സെക്രട്ടറി ആയി നിയമിതനായി. പത്ത് ആഴ്ചകൾക്ക് ശേഷം ഡയറക്ടറായി. രാവിലെ ടെലി കമ്യൂണിക്കേഷൻ വകുപ്പിൽ ജോലിക്ക് പോവുകയും(അന്ന് ദ്വീപിൽ വിരലിലെണ്ണാവുന്നവർക്കേ ഫോൺ കണക്ഷൻ ഉണ്ടായിരുന്നുള്ളൂ; ഇന്റർനാഷണൽ കണക്ഷൻ ഒട്ടില്ലതാനും.) ഉച്ചക്ക് ശേഷം അദ്ധ്യാപനവൃത്തി തുടരുകയും ചെയ്തു.

ഇബ്രാഹിം നാസിറിന്റെ ഭരണത്തിനെതിരെ ജനങ്ങളുടെ ഉള്ളിൽ മുനിഞ്ഞു കത്തിയിരുന്ന അസംതൃപ്തി പുറത്തേക്കൊഴുകിയത് 1974 ജൂൺ 13 വ്യാഴാഴ്ച്ച ആയിരുന്നു.ഭയത്തിന്റെ തോടുകൾ പൊട്ടിച്ച് ജനങ്ങൾ തെരുവിലേക്ക് ഇരച്ചെത്തി. വിലക്കയറ്റത്തിനെതിരെ, അടിച്ചമർത്തലിനെതിരെ പോലീസ് ആസ്ഥാനത്ത് തടിച്ചുകൂടിയ ജനങ്ങൾ മുദ്രാവാക്യം മുഴക്കി. ജനങ്ങളുടെ

പങ്കാളിത്തം വർദ്ധിച്ചു വന്നതോടെ പ്രസിഡണ്ടിനെതിരായുള്ള കലാപമായി അത് ഗതി മാറി.

നാസിറിന്റെ പോലീസ് ആകാശത്തേക്ക് വെടിവച്ചു. ജനം ചിതറിയോടി. പ്രതിഷേധക്കാരെ അറസ്റ്റു ചെയ്ത് ജയിലിലടച്ചു. പ്രധാനമന്ത്രിയുടെ സഹോദരൻ മുഹമ്മദ് സാകി, ആദംഹലീം തുടങ്ങിയവരൊക്കെ ജയിലിലായി. ആദം ഹലീമിന്റെ സ്ക്കൂളിൽ പഠിപ്പിച്ചിരുന്നതു കൊണ്ട് മൗമൂണിനെ അറസ്റ്റു ചെയ്ത് ചൈന ഗാർഡൻ എന്നറിയപ്പെട്ടിരുന്ന ജയിലിൽ ഏകാന്ത തടവിൽ പാർപ്പിച്ചു. അമ്പത് ദിവസങ്ങൾക്കു ശേഷം വിട്ടയച്ചു. ആറ് ആഴ്ചകൾക്കു ശേഷം പ്രധാനമന്ത്രിയുടെ ഓഫീസിൽ സ്പെഷ്യൽ അണ്ടർ സെക്രട്ടറിയായി നിയമിതനായി. 1974 നവംബറിൽ പ്രധാനമന്ത്രി മൗമൂണിനെ തെക്കൻ അറ്റോളുകളിലേക്ക് ഗവൺമെന്റിന്റെ നയപരിപാടികൾ വിശദീകരിക്കാനും ജനപിന്തുണ നേടിയെടുക്കാനുമായി അയച്ചു. തലസ്ഥാനത്ത് വികസനം കേന്ദ്രീകരിക്കുകയും മറ്റു ദ്വീപുകൾ അവികസിതമായി നിലകൊള്ളുകയും ചെയ്യുന്നതിന്റെ നേർദൃശ്യം മൗമൂണിന് കാണാനായി.

1975 ൽ പ്രധാനമന്ത്രിയായി രണ്ടാമത്തെ തവണയും അഹമ്മദ് സാകിയുടെ പേര് നിർദ്ദേശിക്കപ്പെട്ടു. പ്രസിഡണ്ടിന് സാകി വെല്ലുവിളി ഉയർത്തുമെന്ന് മനസ്സിലാക്കിയ നാസിർ, 1975 മാർച്ച് 6 വ്യാഴാഴ്ച സാകിയെ നാടുകടത്തി. പ്രധാനമന്ത്രി പദം നിർത്തലാക്കി. പ്രധാനമന്ത്രിയുടെ അണ്ടർ സെക്രട്ടറി എന്ന മൗമൂണിന്റെ പദവിയും അതോടെ ഇല്ലാതായി. തുടർന്ന് മൗമൂൺ ശ്രീലങ്കയിലെ മാലദ്വീപിന്റെ ഡെപ്യൂട്ടി അംബാസഡറായി നിയമിക്കപ്പെട്ടു. എന്നാൽ ശ്രീലങ്കൻ അധികാരികൾ നാസിറിന്റെ വ്യക്തിപരമായ ഇടപാടുകളെ ചോദ്യം ചെയ്തതോടെ നാസിർ എംബസി അടച്ചുപൂട്ടി. മാലെയിൽ തിരിച്ചെത്തിയ മൗമൂൺ ആദ്യം വിദേശകാര്യ വകുപ്പിൽ അണ്ടർ സെക്രട്ടറിയായും പിന്നീട് ഡപ്യൂട്ടി മിനിസ്റ്റർ ഓഫ് ട്രാൻസ്പോർട് ആയും നിയമിതനായി. 1976 സെപ്തംബർ മുതൽ 1977 ജനുവരി വരെ ഐക്യരാഷ്ട്രസഭയിലെ സ്ഥിരം പ്രതിനിധിയായി മൗമൂണിനെ നിയമിച്ചു. 1977 മാർച്ച് 29 ന് ഇബ്രാഹിം നാസിറിന്റെ മന്ത്രിസഭയിലെ ഗതാഗത മന്ത്രിയായി മൗമൂൺ നിയമിക്കപ്പെട്ടു. തന്റെ രണ്ടാമത്തെ ഊഴത്തിനുശേഷം മൂന്നാമതൊരിക്കൽ കൂടി മത്സരിക്കാൻ ഇബ്രാഹിം നാസിർ തയ്യാറാകാഞ്ഞതിനാൽ മജ്ലിസ് മൗമൂൺ അബ്ദുൾ ഖയൂമിനെ പ്രസിഡണ്ട് പദവിയിലേക്ക് നാമനിർദ്ദേശം ചെയ്തു. 1978 നവംബർ 10 ന് മൗമൂൺ മാലദ്വീപിന്റെ മൂന്നാമത്തെ പ്രസിഡണ്ടായി.

ഏകാധിപതിയിലേക്കുള്ള വളർച്ച

ഇബ്രാഹിം നാസിറിന്റെ ഭരണശൈലി വളരെ അടുത്തു നിന്നും കണ്ടിട്ടുള്ള മൗമൂൺ ആദ്യം നാസിറിന്റെ വിമർശകനായാണ് രംഗത്തു വന്നത്. നാസിറിന്റെ ഏകാധിപത്യ മനോഭാവത്തോടും ജനാധിപത്യമില്ലായ്മയോടും കലഹിക്കുകയാണ് ആദ്യ കാലഘട്ടങ്ങളിൽ മൗമൂൺ ചെയ്തത്. പ്രസിഡണ്ട് പദവിയിൽ എത്തിയതോടുകൂടി നാസിറിന്റെ പ്രേതം മൗമൂണിനെ ആവേശിച്ചു. താൻ ആരുടെ വിമർശകനായിരുന്നുവോ അവരുടെ ശൈലി (അ) ബോധപരമായി മൗമൂൺ പിന്തുടർന്നു. അഴിമതി, സ്വജനപക്ഷപാതം, ജനാധിപത്യരാഹിത്യം എന്നിവ ഉൾച്ചേർന്ന സമഗ്രാധിപത്യ ശൈലി മൗമൂണും അന്ധമായി പിന്തുടർന്നു.

1978 മുതൽ 2008 വരെ ആറ് ടേമുകളിലായി മുപ്പതു വർഷം ദ്വീപ് രാഷ്ട്രത്തെ അടക്കി ഭരിച്ച നേതാവാണ് മൗമൂൺ അബ്ദുൾ ഖയൂം. കണക്കുകൾ അനുസരിച്ച് മൗമൂൺ 1978 ൽ 92. 6% വോട്ടും, 1983 ൽ 95. 6% വും, 1988 ൽ 96. 4%വും, 1993 ൽ 92. 76% വും, 1998 ൽ 90. 9% വും, 2003 ൽ 90. 28% വോട്ടും നേടിയാണ് പ്രസിഡണ്ടായത്. ഈ ശതമാനക്കണക്ക് ഉദ്ധരിച്ചത് അതിന്റെ തമാശ വെളിപ്പെടുത്താൻ വേണ്ടി മാത്രമാണ്. എതിരാളികളില്ലാത്ത ഏകാംഗ സ്ഥാനാർത്ഥിയായിരുന്നു മൗമൂൺ. മജ്‌ലിസ് ഒരാളുടെ പേര് നിർദ്ദേശിക്കുകയും, അയാൾക്ക് ഓരോ അറ്റോളിൽ നിന്നും വോട്ട് രേഖപ്പെടുത്തുകയുമാണ് ചെയ്തിരുന്നത്. അഡ്ഡുവിലെ ജനങ്ങൾ പറയുന്ന തമാശ അവർ വോട്ടു ചെയ്ത പെട്ടികളൊക്കെ മാലെയിൽ എത്തുന്നതിനു മുമ്പ് കടലിൽ എറിഞ്ഞു കളഞ്ഞിട്ടുണ്ടാവുമെന്നാണ്. അഡ്ഡുവിലെ ജനങ്ങൾ എപ്പോഴും മൗമൂണിന്റെ ഏകാധിപത്യ ശൈലിയുടെ വിമർശകരായിരുന്നു. ഗവൺമെന്റിന്റെ

തലവനും, രാജ്യത്തിന്റെ തലവനും, സർവ്വസൈന്യാധിപനുമൊക്കെ ഒരാൾ മാത്രമായ രാജ്യത്ത് താക്കോൽ സ്ഥാനങ്ങളിൽ പ്രതിഷ്ഠിക്കപ്പെട്ടത് അയാളുടെ കുടുംബാംഗങ്ങളും ബന്ധുക്കളും. ജഡ്ജിമാരുൾപ്പടെ എല്ലാ പ്രധാനപ്പെട്ട സ്ഥാനങ്ങളിലും മൗമൂൺ സ്വന്തക്കാരെ നിയമിച്ചു. 2007 ൽ പാർലമെന്ററി സമ്പ്രദായം അവസാനിപ്പിച്ച് പ്രസിഡണ്ടിനെ നേരിട്ട് തിരഞ്ഞെടുക്കുന്ന പ്രസിഡൻഷ്യൽ സമ്പ്രദായം കൊണ്ടുവന്നതുപോലും മൗമൂണിന്റെ സൗകര്യത്തിനു വേണ്ടി മാത്രമായിരുന്നു.

മൗമൂണിന്റെ ഭരണകാലത്തും ഗവൺമെന്റിനെതിരെ സംസാരിച്ചാൽ ജയിൽ ഉറപ്പായിരുന്നു. നാസിറിന്റെഭരണം പോലെഭയത്തിന്റെ വിത്തുകൾ ജനങ്ങളുടെ മനസ്സിൽ ഖയൂമും വിതച്ചിരുന്നു. തനിക്കെതിരെ സംസാരിച്ചവരെ ഖയൂം ജയിലിലടച്ചു. ചിലരെ വിചാരണ പോലും ചെയ്യാതെ! ജയിലുകളിൽ പീഢനങ്ങളും, ബലം പ്രയോഗിച്ചുള്ള കുറ്റസമ്മതങ്ങളും, എന്തിന് തന്റെ സ്ഥാനത്തിന് ഭീഷണിയായവരെ വകവരുത്തുകപോലും മൗമൂൺ ചെയ്തിട്ടുണ്ടെന്ന് ആരോപിക്കപ്പെടുന്നു. മനുഷ്യാവകാശ ലംഘനങ്ങൾ സ്ഥിരം കാഴ്ചകളായിരുന്നു. അഴിമതിയും സ്വജന പക്ഷപാതവും കൊടികുത്തി വാണു. ചർച്ചകളും സംവാദങ്ങളും സംഘടിപ്പിച്ചിരുന്ന ചെറുമാസികകൾ പോലും അടച്ചു പൂട്ടി. തന്റെ അധികാരത്തിന്ഭീഷണിയാവുന്നതൊക്കെ കുടഞ്ഞെറിഞ്ഞുകൊണ്ടുള്ള, എല്ലാ പഴുതുകളും അടച്ച ഭരണമായിരുന്നു മൗമൂണിന്റേത്. സുസ്ഥിരമായ ഭരണം എന്ന മുദ്രാവാക്യത്തിന്റെ മറവിലായിരുന്നു എല്ലാം. മുപ്പതു വർഷം രാജ്യം ഭരിച്ച മൗമൂൺ, ഇത്രയും ചെറിയ ദ്വീപു രാഷ്ട്രത്തിൽ എന്തെങ്കിലും ചെയ്തു എന്ന് അവകാശപ്പെടുന്നത് സ്വാഭാവികമാണ്. ഇന്ത്യയിൽ നിന്ന് സാമ്പത്തിക സഹായങ്ങളും, ഗൾഫിൽ നിന്ന് എണ്ണയും, യുനസ്കോയിൽ നിന്ന് വിദ്യാഭ്യാസ ഗ്രാന്റും, നിർബാധം പ്രവഹിച്ചുകൊണ്ടിരുന്ന ഒരു കാലത്ത് പ്രത്യേകിച്ചും. ടൂറിസത്തിൽ നിന്നുള്ള വരുമാനം കുത്തനെ വർദ്ധിച്ചു. വികസന പ്രവർത്തനങ്ങൾ നടപ്പിലാക്കി, ആഗോളതാപനം ദ്വീപിലുണ്ടാക്കുന്ന പ്രത്യാഘാതങ്ങളെക്കുറിച്ച് ലോകരാഷ്ട്രങ്ങളിൽ അവബോധമുണ്ടാക്കി തുടങ്ങിയവ മൗമൂണിന്റെ നേട്ടങ്ങളായി വിലയിരുത്തപ്പെടുന്നു. എന്നാൽ ജനാധിപത്യത്തിൽ നിന്ന് ദ്വീപു രാഷ്ട്രത്തെ അകറ്റി നിർത്തിയതിൽ മൗമൂണിനുള്ള പങ്ക് സുവ്യക്തമാണ്. ഇന്ത്യയിലെ വൈവിധ്യങ്ങളെ മനസ്സിലാക്കാതെ, ഇന്ത്യൻ ജനാധിപത്യമാതൃകയെ തള്ളിക്കളഞ്ഞു. ജനാധിപത്യത്തിന് ഏറെ പരിമിതികളുള്ള സിംഗപ്പൂരാണ് ദ്വീപുകളുടെ മാതൃകാ രാഷ്ട്രം. ഇബ്രാഹിം

നാസിറിനും മൗമൂൺ അബ്ദുൾ ഖയൂമിനും സിംഗപ്പൂരിൽ വൻ നിക്ഷേപങ്ങളുള്ളതായി ആരോപിക്കപ്പെട്ടിരുന്നു.

അഭിപ്രായ സ്വാതന്ത്ര്യത്തിന്റെ മരുക്കടലാണ് മാലദ്വീപ്. 2000ത്തിൽ ദ്വീപിൽ പറഞ്ഞു കേട്ടത് തന്റെ മകനു വേണ്ടി ഇംഗ്ലണ്ടിലേക്ക്, ട്രഷറിയിൽ നിന്നും മൗമൂൺ ഡോളറുകൾ ഒഴുക്കി എന്നാണ്. ആരോപണങ്ങൾ തെരുവുകളിലെ അടക്കം പറച്ചിലുകളായി അവശേഷിക്കും. പത്രത്തിലോ, റേഡിയോവിലോ, ടെലിവിഷനിലോ വരില്ല. കാരണം മാധ്യമങ്ങളെല്ലാം ഗവൺമെന്റിന്റെ ഉടമസ്ഥതയിലാണുള്ളത്. സുതാര്യമായ ഒരുഭരണം ജനങ്ങളുടെ ആഗ്രഹം മാത്രമായി ദ്വീപിൽ അവശേഷിക്കുന്നു.

⏭

1988 ലെ അട്ടിമറി ശ്രമം

ശ്രീലങ്ക കേന്ദ്രമാക്കി പ്രവർത്തിച്ചിരുന്ന ബിസിനസ്സുകാരൻ അബ്ദുള്ള ലുത്തുഫിയും, അയാളെ സഹായിച്ചിരുന്ന തമിഴ് ഗ്രൂപ്പായ 'PLOTE' യും (പീപ്പിൾസ് ലിബറേഷൻ ഓർഗ നൈസേഷൻ ഓഫ് തമിഴ് ഈഴം) ചേർന്ന് ആസൂത്രണം ചെയ്ത അട്ടിമറി ശ്രമമായിരുന്നു 1988 നവംബർ 3ന് മൗമൂൺ അബ്ദുൾ ഖയൂമിനെതിരെ നടന്നത്. ഉമാ മഹേശ്വരനും, വാസന്തിയും നേ തൃത്വം നൽകിയ തമിഴ് ഗ്രൂപ്പ്, അബ്ദുള്ള ലുത്തുഫിയെ കൂടാതെ മാലദ്വീപ് റിബലുകളായ സാഗറു അഹമ്മദ് നസീർ, അഹമ്മദ് ഇസ്മയിൽ മണിക്ക് സിക്ക തുടങ്ങിയവരുമായി ചേർന്ന് കൊളം ബോയിൽ വെച്ച് ഗൂഢാലോചന നടത്തുകയും ഇരുനൂറോളം വരുന്ന കൂലിപ്പടയാളികളെ മാലെയിലേക്ക് അയക്കുകയും ചെ യ്തു. 1980 ലും 1983 ലും മൗമൂണിനെതിരെ രണ്ടു ചെറിയ അട്ടി മറി ശ്രമങ്ങൾ നടന്നിട്ടുണ്ടെങ്കിലും, 1988 ലെ അട്ടിമറി ശ്രമം ലോകശ്രദ്ധ ആകർഷിച്ചു.

തെക്കനേഷ്യയിൽ ഇന്ത്യയുടെ സൈനിക ശക്തി അരക്കിട്ടു റപ്പിച്ച 'ഓപ്പറേഷൻ കാക്റ്റസ്' എന്നു പേരിട്ട സൈനിക നടപ ടിയിലൂടെയാണ് മാലെയിൽ എത്തിയ 1600 ഓളം വരുന്ന ഇന്ത്യൻ സൈന്യം കൂലിപട്ടാളത്തിന്റെ അട്ടിമറി ശ്രമത്തെ പരാജയപ്പെടു ത്തിയത്. കലാപകാരികൾ പ്രധാനപ്പെട്ട ഗവൺമെന്റ് ഓഫീസു കളും, നാഷണൽ സെക്യൂരിറ്റി സർവ്വീസിന്റെ ആസ്ഥാനവും പിടിച്ചടക്കി. ടെലിവിഷൻ മാലദ്വീപ്, റേഡിയോ മാലദ്വീപ് തുട ങ്ങിയ വാർത്താ സ്ഥാപനങ്ങളും അവർ പിടിച്ചു. പ്രസിഡണ്ടിന്റെ കൊട്ടാരത്തിലേക്ക് അവർ എത്തിയെങ്കിലും മൗമൂൺ വളരെ തന്ത്രപരമായി പ്രസിഡണ്ടിന്റെ ഓഫീസിൽ നിന്നും രക്ഷപ്പെട്ട്

മാലെയിലെ പല വീടുകളിലായി അഭയം പ്രാപിച്ചു. ഒരു വീട്ടിൽ നിന്നും മറ്റൊരു വീട്ടിലേക്ക് ഖയൂം നീങ്ങിക്കൊണ്ടേയിരുന്നു.

വിമാനത്താവളവും, ടെലഫോൺ എക്സ്ചേഞ്ചും പ്രവർത്തന രഹിതമാക്കാൻ കൂലിപട്ടാളത്തിന് സാധിച്ചില്ല. ഖയൂമിന്റെ വിദേശകാര്യ മന്ത്രി ഫത്തുള്ള ജമീൽ ഇന്ത്യൻ പ്രധാനമന്ത്രിയായിരുന്ന രാജീവ് ഗാന്ധിയോട് സൈനിക ഇടപെടലിന് അഭ്യർത്ഥിച്ചത് പുലർച്ചെ അഞ്ചര മണിക്കാണ്. മാലെയിലെ ഇന്ത്യൻ ഹൈക്കമ്മീഷണർ അരുൺ ബാനർജി അപ്പോൾ ദില്ലിയിൽ ഉണ്ടായിരുന്നതുകൊണ്ട് രാജീവ് ഗാന്ധിക്ക് മാലെയിലെ പ്രതിസന്ധിയുടെ യഥാർത്ഥചിത്രം ലഭിക്കുകയും ചെയ്തു. ദില്ലിയിൽ വിദേശകാര്യവകുപ്പും പ്രതിരോധ വകുപ്പും ഒരുമയോടെ പ്രവർത്തിച്ചു. രാവിലെ 9 മണിക്ക് കര-നാവിക-വ്യോമ സേനാതലവന്മാരുമായി കൂടിയാലോചിച്ച പ്രധാനമന്ത്രി രാജീവ് ഗാന്ധി, ഉച്ചയ്ക്ക് രാഷ്ട്രീയ കാര്യങ്ങൾക്കായുള്ള കാബിനറ്റ് കമ്മിറ്റിയിൽ ഖയൂമിന് സൈനിക സഹായം ഉറപ്പാക്കി.

ആഗ്രയിൽ നിന്നും ബ്രിഗേഡിയർ ഫറൂക്ക് ബൽസാരയുടെ നേതൃത്വത്തിൽ പാരാട്രൂപ്പേർസ് ഉയൂഷിൻ സൈനിക വിമാനത്തിൽ മാലെയിലെ ഹുലുലെ വിമാനത്താവളത്തിൽ എത്തി. വിമാനത്താവളത്തിൽ ഇന്ത്യൻ സൈന്യത്തിന് കാര്യമായ എതിർപ്പ് നേരിടേണ്ടി വന്നില്ല. ഇന്ത്യൻ സൈന്യം പുറത്തുണ്ടെന്ന വാർത്ത കേട്ട കൂലിപ്പട്ടാളം അവിടം വിട്ടു കഴിഞ്ഞിരുന്നു. 27 ബന്ധികളുമായി അയ്യായിരം ടൺ ഭാരം വരുന്ന പ്രോഗ്രസ് ലൈറ്റ് എന്നു പേരുള്ള തട്ടിയെടുത്ത ഒരു കപ്പലിൽ അവർ ശ്രീലങ്ക ലക്ഷ്യമാക്കി കുതിച്ചു. ഗതാഗത മന്ത്രി അഹമ്മദ് മുജ്തുബയടക്കമുള്ള പ്രമുഖർ ബന്ദികളിലുണ്ടായിരുന്നു. ഇന്ത്യൻ മഹാസമുദ്രത്തിൽ ഇന്ത്യൻ നേവിയുടെ കപ്പൽ ഐ. എൻ. എസ് ഗോദാവരി, ക്യാപ്റ്റൻ എസ്. വി ഗോപാലാചാരിയുടെ നേതൃത്വത്തിൽ കൂലിപ്പട്ടാളം തട്ടിക്കൊണ്ടുപോയ കപ്പലുകൾ തടഞ്ഞു. കൂലിപ്പട്ടാളം അബ്ദുൾ റഹ്മാൻ, അബ്ദുൾ സത്താർ എന്നീ ബന്ദികളെ കൊലപ്പെടുത്തി ലൈഫ് ബോയിൽ കെട്ടി കടലിലെറിഞ്ഞു. ഐ. എൻ. എസ് ഗോദാവരിയിലെ ആന്റി എയർ ക്രാഫ്റ്റ് പീരങ്കികൾ ശബ്ദിക്കാൻ തുടങ്ങി. അക്രമികളുടെ ഏക രക്ഷാമാർഗ്ഗമായിരുന്ന സ്പീഡ് ബോട്ടിനെ പീരങ്കിയുണ്ടകൾ തകർത്തെറിഞ്ഞു. ഗോദാവരിയിലെ സീ കിംഗ് ഹെലികോപ്റ്റർ കൂലിപ്പട്ടാളത്തിന്റെ കപ്പലിനെ കിടിലം കൊള്ളിച്ചു കൊണ്ട് ചുറ്റും സ്ഫോടനങ്ങൾ നടത്തി. മൂന്നു കൂലിപ്പട്ടാളക്കാർ കടലിലേക്ക് എടുത്തു ചാടി. നാല്

ബന്ദികൾ മരിച്ചിരുന്നു. മറ്റു ബന്ദികളെ ഐ. എൻ. എസ് ഗോദാവരിയിലേക്ക് മാറ്റി. ലുത്തുഫിയെയും തമിഴ് കൂലിപ്പട്ടാളത്തെയും കപ്പൽ മാലെയിൽ എത്തിച്ചു.

മാലെയിൽ നിന്നും വെറും അറുനൂറ് കിലോമീറ്റർ അകലെയാണ് അമേരിക്കയുടെ സൈനിക കേന്ദ്രം ഡീഗോ ഗാർഷ്യ. അമേരിക്കയോ ബ്രിട്ടനോ ഇടപെടാൻ മടിച്ച ഒരവസരത്തിലാണ് അന്നത്തെ പ്രധാന മന്ത്രിയായിരുന്ന രാജീവ് ഗാന്ധി ഇന്ത്യൻ സൈന്യത്തെ അയച്ചത്. 1400 ഓളം വരുന്ന ഇന്ത്യൻ സൈന്യം നടപടിക്ക് ശേഷം രാജ്യം വിട്ടെങ്കിലും ബാക്കി ഇരുനൂറോളം സൈനികർ മാലെയിൽ തുടർന്നു. തെക്കനേഷ്യയിലെ ചില രാജ്യങ്ങൾക്കിടക്ക് ഇത് മുറുമുറുപ്പുണ്ടാക്കിയിരുന്നു. പിന്നീട് ഇന്ത്യൻ സൈന്യം മുഴുവനായും മാലെ വിട്ടു. 1987 ൽ ഇന്ത്യൻ സമാധാന സേനയെ ശ്രീലങ്കയിലേക്ക് അയച്ചതിന് വിമർശനം നേരിട്ട രാജീവ് ഗാന്ധിക്ക് 1988 ലെ 'ഓപ്പറേഷൻ കാക്റ്റസ്' എന്ന മാലദ്വീപിലെ ഇന്ത്യൻ സൈനിക നടപടി പൊതുവെ ജനസമ്മതി നേടിക്കൊടുത്തു.

⏭

മാലദ്വീപിലെ മണ്ടേല

ജനാധിപത്യത്തിനും മനുഷ്യാവകാശങ്ങൾക്കും വേണ്ടി ഇരുപത് വർഷത്തോളം ജയിൽവാസം അനുഭവിച്ച നേതാവാണ് മുഹമ്മദ് നഷീദ്. മൗമൂൺ അബ്ദുൾ ഖയൂമിന്റെ ഏകാധിപത്യ ഭരണത്തിൻ കീഴിൽ അഭിപ്രായ സ്വാതന്ത്ര്യമുണ്ടായിരുന്നില്ല. ഖയൂമിന്റെ തിരഞ്ഞെടുപ്പുകളിൽ കള്ള വോട്ട് നടന്നിട്ടുണ്ടെന്ന് തെളിവു സഹിതം ലേഖനമെഴുതിയതിനാണ് മുപ്പതു വർഷങ്ങൾ ദ്വീപുരാഷ്ട്രത്തെ അടക്കി ഭരിച്ച മൗമൂൺ, നഷീദിനെ ആദ്യം ജയിലിലടക്കുന്നത്. പിന്നീട് ഓരോ കാരണങ്ങൾ പറഞ്ഞ് നഷീദിന്റെ ജയിൽ വാസം ദീർഘിപ്പിച്ചു. നഗ്നമായ മനുഷ്യാവകാശ ലംഘനമാണ് ദ്വീപിൽ നടക്കുന്നതെന്ന് ആംനസ്റ്റി ഇന്റർനാഷണൽ പലതവണ ചൂണ്ടിക്കാണിച്ചിട്ടുണ്ട്.

ഒരു ഏകാധിപതിയെ ജനാധിപത്യരീതിയിൽ തോൽപിച്ച ജനങ്ങളാൽ തിരഞ്ഞെടുക്കപ്പെട്ട ആദ്യ പ്രസിഡണ്ടായിരുന്നു മുഹമ്മദ് നഷീദ്. 2008 ൽ നടന്ന പൊതു തെരഞ്ഞെടുപ്പിൽ MDP (മാലദ്വീപ്ഡെമോക്രാറ്റിക് പാർട്ടി) യുടെ സ്ഥാനാർത്ഥിയായി മത്സരിച്ചാണ് മുഹമ്മദ് നഷീദ്, ആറു ടേമുകളിലായി മുപ്പതു വർഷം ഭരിച്ച മൗമൂൺ അബ്ദുൾ ഖയൂമിനെ തോൽപ്പിച്ചത്. 2008 നവംബർ 11ന് മാലദ്വീപിന്റെ നാലാമത്തെ പ്രസിഡണ്ടായി നഷീദ് ചുമതലയേറ്റു. പാർട്ടി അടിസ്ഥാനത്തിൽ തിരഞ്ഞെടുപ്പ് നടന്ന വർഷമായിരുന്നു 2008. അതിനു മുമ്പ് മജ്‌ലിസ് മൗമൂണിനെ പ്രസിഡണ്ടായി നാമ നിർദ്ദേശം ചെയ്യുകയും, ആ ഏകാംഗ സ്ഥാനാർത്ഥി 'വൻ ഭൂരിപക്ഷത്തോടെ' ജയിക്കുകയുമായിരുന്നു പതിവ്.

'അണ്ണി' എന്നാണ് ദ്വീപുവാസികൾ നഷീദിനെ സ്നേഹത്തോടെ അഭിസംബോധന ചെയ്യാറ്. ദ്വീപിലെ ഏറ്റവും ജനകീയ

നായ നേതാവാണ് അദ്ദേഹം. മജ്ലിസിനു സമീപമുള്ള മുറുക്കാൻ കടയിലേക്ക് നടന്നു പോകുന്ന സാധാരണക്കാരിൽ സാധാരണ ക്കാരൻ. ജനങ്ങളുടെ തോളിൽ കൈയിട്ട് നടക്കുന്ന ഒരു രാഷ്ട്രീയ നേതാവ്. ഭയം വിതച്ച്, കൊയ്ത് ജനങ്ങളെ അകറ്റി നിർത്തിയ ഇബ്രാഹിം നാസിറിനും, മൗമൂൺ അബ്ദുൾ ഖയൂമിനും അ പ്രാപ്യമായിരുന്നു മുഹമ്മദ് നഷീദിന്റെ ജനകീയത.

മാലെയിലെ മജീദിയ സ്കൂളിലും, കൊളംബോയിലെ ഓ വർസീസ് സ്കൂളിലും, ലിവർപൂൾ യൂണിവേഴ്സിറ്റിയിലും പഠിച്ച മുഹമ്മദ് നഷീദിന്റെ ബിരുദം മാരിടൈം സ്റ്റഡീസിലാണ്. മുൻ പ് സൂചിപ്പിച്ചതുപോലെ, 1991 ൽ മൗമൂണിന്റെ തിരഞ്ഞെടുപ്പിൽ വ്യാപകമായ കള്ളവോട്ടു ചെയ്തതിനെതിരെ ലേഖനമെഴുതിയ തിനാണ് നഷീദിനെ ജയിലിലിട്ടത്. ജയിലിൽ അദ്ദേഹത്തിനെ തിരെ നിരവധി പീഡനമുറകൾ പോലീസ് പ്രയോഗിച്ചു. പന്ത്രണ്ടു വർഷം തുടർച്ചയായി ഒരു കസേരയിൽ ചങ്ങലക്കിട്ട്, ഭക്ഷണത്തിൽ ഗ്ലാസ് പൊടിച്ച് കലർത്തിക്കൊടുത്തു. 1992 ൽ വീണ്ടും നഷീദ് ജയിലിലായി. 1993 ൽ വിട്ടയച്ചുവെങ്കിലും, 1994 ലും 1995ലും വീണ്ടും അറസ്റ്റു ചെയ്യപ്പെട്ടു. 1996 ൽ ഗവൺമെന്റിനെതിരെ ലേഖ നമെഴുതിയതിന് പിന്നെയും രണ്ടു വർഷത്തേക്ക് ജയിലിലടച്ചു. തന്റെ രണ്ടു പെൺമക്കളുടെ ജനന സമയത്തും നഷീദ് ജയിലി ലായിരുന്നു. 1999ൽ മാലെയെ പ്രതിനിധീകരിച്ച് പാർലമെന്റിൽ എത്തിയെങ്കിലും മോഷണം ആരോപിച്ച് അദ്ദേഹത്തെ പുറത്താ ക്കി. 2003 ൽ മാഫുഷി ജയിലിൽ ക്രൂരമർദ്ദനത്തിന് ഇരയായ ഹസ്സൻ ഇവാൻ നസീം എന്ന പത്തൊമ്പതുകാരന്റെ മരണം ജയി ലിലും പുറത്തും കലാപകലുഷിതമായ അന്തരീക്ഷമുണ്ടാക്കി. രാജ്യത്ത് അടിയന്തിരാവസ്ഥ പ്രഖ്യാപിച്ചു. 2003 ൽ നഷീദ് മാല ദ്വീപ് വിടുകയും മുഹമ്മദ് ലത്തീഫുമായി ചേർന്ന് MDP - മാല ദ്വീപ് ജനാധിപത്യ പാർട്ടി - രൂപീകരിക്കുകയും ചെയ്തു. 18 മാസങ്ങൾക്കുശേഷം 2005 ഏപ്രിലിൽ നഷീദ് മാലെയിൽ തിരി ച്ചെത്തി. 2005 ജൂൺ 2 നാണ് രാഷ്ട്രീയ പാർട്ടികൾക്ക് തിരഞ്ഞെ ടുപ്പിൽ മത്സരിക്കാനുള്ള അവകാശം നൽകിയതും, എം. ഡി. പി യെ ഔദ്യോഗികമായി അംഗീകരിച്ചതും. 2005 ആഗസ്റ്റ് 12 ന് രാജ്യത്തെ സമാധാന അന്തരീക്ഷം തകർന്നുവെന്ന് ആരോപിച്ച് നഷീദിനെ അറസ്റ്റു ചെയ്തു. അറസ്റ്റിനു ശേഷം ഭീകരവാദമാണ് അദ്ദേഹത്തിനെതിരെ ചുമത്തിയത്. 2008 ൽ MDP യുടെ ടിക്ക റ്റിൽ പ്രസിഡണ്ട് സ്ഥാനത്തേക്ക് മത്സരിച്ച നഷീദ് DRP- ദിവേഹി റയിത്തുംഗെ പാർട്ടി - സ്ഥാനാർത്ഥിയും മുപ്പതു വർഷമായി രാജ്യംഭരിക്കുകയും ചെയ്ത മൗമൂൺ അബ്ദുൾ ഖയൂമിനെ തറ പറ്റിച്ച് 2008 നവംബർ 11 ന് മാലദ്വീപിന്റെ നാലാമത്തെ പ്രസിഡ

ണ്ടായി അധികാരമേറ്റു. 2008 മുതൽ 2010 വരെ വെറും നാല് വർഷം മാത്രമേ നഷീദിന് ഭരിക്കാനായുള്ളൂ. മൗമൂൺ അബ്ദുൾ ഖയൂമിന്റെ അനുയായികളും സ്തുതിപാഠകരുമാണ് ജഡ്ജിമാരിലും ഉദ്യോഗസ്ഥ വൃന്ദങ്ങളിലും ഭൂരിപക്ഷം പേർ. 2012 ഫെബ്രുവരി 7 ന് നഷീദിന് രാജി വെക്കേണ്ടി വന്നു. ആഴ്ചകളോളം തെരുവിൽ നടന്നു കൊണ്ടിരുന്ന സമരങ്ങളിൽ പട്ടാളവും പോലീസും ചേർന്നതോടെ നഷീദിന് മറ്റു വഴികളില്ലായിരുന്നു. തോക്കു ചൂണ്ടിഭീഷണിപ്പെടുത്തിയാണ് തന്നെ രാജി വെപ്പിച്ചതെന്ന് നഷീദ് പിന്നീട് വെളിപ്പെടുത്തുകയുണ്ടായി. 2003 ൽ മൗമൂൺ അബ്ദുൾ ഖയൂമിന്റെ ആളായെത്തിയ മുഹമ്മദ് വഹീദ് ഹസ്സനാണ് നഷീദിനു ശേഷം പ്രസിഡണ്ടായത്. 2014 ആഗസ്റ്റ് 30ന് MDP പ്രസിഡണ്ടായി നഷീദ് തിരഞ്ഞെടുക്കപ്പെട്ടു. 2015 മാർച്ച് 15 ന് നഷീദിനെഭീകരവിരുദ്ധ നിയമത്തിന്റെ മറവിൽ അറസ്റ്റ് ചെയ്ത് പതിമൂന്ന് വർഷത്തേക്ക് മാഫുഷി ജയിലിൽ അയച്ചു. പ്രസിഡണ്ടായിരുന്നപ്പോൾ ക്രിമിനൽ കോടതി ജഡ്ജി അബ്ദുള്ള മുഹമ്മദിനെ അറസ്റ്റു ചെയ്തതിനാണ് നടപടി.

ആഗോളതാപനവും കാലാവസ്ഥാ വ്യതിയാനവും മൂലം കടലിൽ മുങ്ങിപ്പോകാൻ സാധ്യതയുള്ള ദ്വീപസമൂഹമാണ് മാലദ്വീപ്. ലോക മനസ്സാക്ഷിക്കു മുന്നിൽ ഈ പ്രശ്നം ശക്തമായി അവതരിപ്പിക്കാൻ മുഹമ്മദ് നഷീദിന് സാധിച്ചു. 2009 ഒക്ടോബർ 17 ന് ഗിറിഫുഷി ദ്വീപിൽ നഷീദ് അദ്ധ്യക്ഷത വഹിച്ച ആദ്യത്തെ കടലിനടിയിലുള്ള കാബിനറ്റ് മീറ്റിംഗ് ചേർന്നു. സ്കൂബ ഡൈവിംഗ് വസ്ത്രങ്ങളണിഞ്ഞാണ് പ്രസിഡണ്ടും മറ്റ് മന്ത്രിമാരും കടലിനടിയിലേക്ക് ഊളിയിട്ടത്. നവംബറിൽ കാലാവസ്ഥാ വ്യതിയാനം മൂലം ദുരിതങ്ങളനുഭവിക്കാൻ ഇടയുള്ള രാജ്യങ്ങളുടെ കൂട്ടായ്മയായ 'ക്ലൈമറ്റ് വൾനറബൾ ഫോറം' രൂപീകരിച്ചു.

2016 ജനുവരി 16 ന് വിദേശസമ്മർദ്ദംമൂലം മാലദ്വീപ് ഗവൺമെന്റിന് നഷീദിനെ ചികിത്സക്കായി ഇംഗ്ലണ്ടിലേക്ക് അയക്കേണ്ടി വന്നു. ശസ്ത്രക്രിയക്കു ശേഷം മാലദ്വീപിലെത്തി ബാക്കി ജയിൽ വാസം അനുഭവിക്കണമെന്ന കരാറിലാണ് നഷീദിനെ ഇംഗ്ലണ്ടിലേക്ക് അയച്ചിട്ടുള്ളത്. നഷീദിന് അനുവദിച്ചിട്ടുള്ള ഒരു മാസത്തെ കാലാവധി അവസാനിച്ചപ്പോൾ തന്നെ ഇംഗ്ലണ്ട് അദ്ദേഹത്തിന് രാഷ്ട്രീയാഭയം നൽകിക്കഴിഞ്ഞു. രാഷ്ട്രീയ അഭയാർത്ഥിയായി, മാലദ്വീപിലെ ജനാധിപത്യത്തിനും മനുഷ്യാവകാശങ്ങൾക്കും വേണ്ടി മുഹമ്മദ് നഷീദ് ഇംഗ്ലണ്ടിൽ നിന്നും കൊളംബോയിലുള്ള തന്റെ സുഹൃത്തുക്കളിലൂടെ ദ്വീപു രാഷ്ട്രത്തിലേക്ക് തന്റെ പോരാട്ടത്തിന്റെ അലയൊലികൾ എത്തിക്കുന്നു.

ജനാധിപത്യം = അരാജകത്വം!

ഇങ്ങനെയൊരു സൂത്രവാക്യം ജനങ്ങളുടെ മനസ്സിൽ അടിച്ചേൽപ്പിക്കുന്നതിൽ ദ്വീപിലെ ഭരണാധികാരികൾ വിജയം കൈവരിച്ചിട്ടുണ്ട്. ജനാധിപത്യം വന്നാൽ തകരാൻ പോകുന്നത് ജനങ്ങളുടെ സ്വൈര്യജീവിതമാണെന്ന വിചിത്ര ധാരണ അവരുടെ അബോധങ്ങൾ നിർമ്മിച്ചു കൊണ്ടിരുന്നു. ജനാധിപത്യ ഇന്ത്യയിലെ ബഹുലതയുംസാംസ്ക്കാരിക ബഹുസ്വരതയും ഏകശിലാരൂപമായ ഒരുഭരണ വ്യവസ്ഥയ്ക്ക് ആന്തരീകരിക്കാനായില്ല. കുറവുകളെയും പഴുതുകളെയും പർവതീകരിച്ച് ചെറുജീവിതങ്ങൾക്കു മേൽ വലിയ കള്ളങ്ങൾ അടിച്ചേൽപ്പിച്ചു. വിദ്യാഭ്യാസത്തിലും, ഉടുപ്പിലും, നടപ്പിലും, ഭക്ഷണത്തിലും കൊളോണിയൽ രീതികൾ പുനർ നിർമ്മിച്ചു. ഗാന്ധിയൻ സാമ്പത്തിക ശാസ്ത്രത്തെ മനസ്സിലാക്കാൻ പോലും അവർ ശ്രമിച്ചില്ല. കുറുമ്പ കുടിക്കാതെ കോള ഇറക്കുമതി ചെയ്തു. തേങ്ങയാട്ടി വെളിച്ചെണ്ണ എടുക്കാതെ കോൺഫ്ളവർ, സൺഫ്ളവർ ഓയിലുകൾ ഉപയോഗിച്ചു പാചകം ചെയ്തു. സമൃദ്ധമായ തിരമാലകളിൽ നിന്നോ, സൂര്യതാപത്തിൽ നിന്നോ വൈദ്യുതി ഉദ്പാദിപ്പിക്കാൻ ശ്രമിച്ചില്ല. ഗൾഫിൽ നിന്ന് സൗജന്യമായി കിട്ടുന്ന എണ്ണയും, യുനസ്കോയുടെ വിദ്യാഭ്യാസ ഗ്രാന്റും അവരുടെ പുറം മോടികളെ വർണ്ണശബളമാക്കി. ടൂറിസം വ്യവസായത്തിൽ നിന്നുള്ള വരുമാനം തലസ്ഥാനത്തും ഉന്നതരിലും കേന്ദ്രീകരിച്ചു. അത് താഴെതട്ടിലേക്ക് വികേന്ദ്രീകരിക്കപ്പെട്ടില്ല.ഭാവിയെക്കുറിച്ചുള്ള ചിന്തകൾ കാലാവസ്ഥയെക്കുറിച്ചു മാത്രമായി പരിമിതപ്പെടുത്തി. അരാഷ്ട്രീയമായ ഒരു സമൂഹത്തെ പോറ്റിവളർത്താൻ അധികാരികൾ എന്നും ബദ്ധശ്രദ്ധരായിരുന്നു. അതു മതത്തെ തകർക്കാനുള്ള ശ്രമമാണ്

എന്ന ന്യൂനോക്തിയിൽ ജനാധിപത്യം അട്ടിമറിക്കപ്പെട്ടു. കാറ്റും, വെളിച്ചവും, തുറസ്സും പച്ച ഡോളറുകളിൽ ആൾപ്പാർപ്പില്ലാത്ത റിസോർട്ടുകളിൽ വിശ്രമിച്ചു. ചിന്തയുടെ, എഴുത്തിന്റെ, വായനയുടെ വിശാലമായ ലോകങ്ങൾ മതാത്മകതയുടെ ഏകമുഖയുക്തിയിൽ തട്ടിത്തകർന്നു. സിംഗപ്പൂർ മോഡലിനു വേണ്ടിയുള്ള മുറവിളിയിൽ ഉള്ളടങ്ങിയിരിക്കുന്നത് തികഞ്ഞ ജനാധിപത്യവിരുദ്ധത തന്നെയാണ്.

മുഹമ്മദ് നഷീദിന്റെ തിരഞ്ഞെടുക്കപ്പെട്ട ഗവൺമെന്റിനെതിരെ നടന്നത് വളരെ ആസൂത്രിതമായ അട്ടിമറിയാണ്. മൗമൂൺ അബ്ദുൾ ഖയൂമിന്റെ വിശ്വസ്തരായ ഉദ്യോഗസ്ഥവൃന്ദവും, ന്യായാധിപന്മാരും ചേർന്ന അവിശുദ്ധ കൂട്ടുകെട്ടിന്റ ഫലമായാണ് അത് സംഭവിച്ചത്. നഷീദിനെതിരെ ആഴ്ചകളോളം തെരുവിൽ നടന്ന തുടർ സമരങ്ങൾക്കു പിന്നിലെ ബുദ്ധികേന്ദ്രം അവരായിരുന്നു. അബ്ദുള്ള മുഹമ്മദ് എന്ന ക്രിമിനൽ കോടതി ജഡ്ജിയെ അറസ്റ്റു ചെയ്തതിന്റെ പശ്ചാത്തലത്തിൽ നഷീദിന്റെ ഗവൺമെന്റിനെതിരെ ഗൂഢാലോചന നടത്തുകയായിരുന്നു ഖയൂം അനുകൂലികൾ. മുപ്പതുവർഷം രാജ്യം ഭരിച്ച ഖയൂമിന്റെ വിശ്വസ്തരാണ് ദ്വീപിലെ താക്കോൽ സ്ഥാനങ്ങളിൽ വിരാജിക്കുന്നത്.

പാർട്ടി അടിസ്ഥാനത്തിലുള്ള ജനാധിപത്യം പേരിനു മാത്രം നിലനിൽക്കുന്ന സമകാലീന ദ്വീപുജീവിതത്തിൽ ആഴത്തിലുള്ള മാറ്റങ്ങൾ സൃഷ്ടിക്കാനുള്ള കരുത്തും ഇച്ഛാശക്തിയുമുള്ള ഒരു ഗവൺമെന്റാണ് അധികാരത്തിൽ വരേണ്ടതെന്നാണ് ജനങ്ങളുടെ പക്ഷം. തിരഞ്ഞെടുക്കപ്പെട്ട ആദ്യത്തെ ജനാധിപത്യ സർക്കാറിന്റെ അമരക്കാരനെ ദ്വീപിലെത്തിയാൽ ഏതുനിമിഷവും ഭരണകൂടം അറസ്റ്റുചെയ്ത് ജയിലിലിടക്കും. രാജ്യത്ത് അരാജകത്വം വളർത്തുന്നു, മയക്കുമരുന്ന് പ്രോത്സാഹിപ്പിക്കുന്നു, മതത്തെ തകർക്കുന്നു തുടങ്ങിയ സാങ്കൽപ്പികമായ ആരോപണങ്ങളിൽ ജനാധിപത്യത്തെ ശ്വാസം മുട്ടിച്ചു കൊല്ലുന്നു. മേഖലയിൽ നിർണ്ണായകമായ ശബ്ദമുണ്ടായിരുന്ന ഇന്ത്യ ദ്വീപു രാഷ്ട്രത്തെ അവഗണിക്കുന്നുവെന്ന തോന്നലിൽ അവർ ചൈനയുമായി ചങ്ങാത്തം കൂടാൻ തുടങ്ങി. ഒരാൾക്കെതിരെ മറ്റൊരാൾ എന്ന പഴയ ദ്വീപുരാഷ്ട്രത്തിന്റെ ബലതന്ത്രം ഇന്ത്യൻ നയതന്ത്രജ്ഞതയുടെ പഴുതുകളിലൂടെ പുറത്തേക്ക് വന്നിരിക്കുകയാണ്.

⏭

താൽപര്യങ്ങൾ വേവുന്ന ചീനച്ചട്ടി

മാലദ്വീപിൽ കൃത്യമായ അജണ്ടയോടെയാണ് ചൈന ഇട പെടുന്നത് എന്ന് കരുതേണ്ടിയിരിക്കുന്നു. ചൈനയുടെ 'മാരിടൈം സിൽക്ക് റൂട്ടി'ൽ മാലദ്വീപ് പങ്കാളിയായിക്കഴിഞ്ഞു. ഇന്ത്യയെ തഴഞ്ഞുകൊണ്ടുള്ള മാലദ്വീപിന്റെ ചൈനീസ് ബാന്ധവം നയതന്ത്രജ്ഞരിൽ അതൃപ്തിയുളവാക്കിയിട്ടുണ്ട്. തെക്കൻ ചൈനാക്കടലിൽ കൃത്രിമ ദ്വീപുകളും, റീഫുകളും നിർമ്മിക്കുക മാത്രമല്ല ഇന്ത്യൻ മഹാസമുദ്രത്തിൽ പുതിയ പങ്കാളി കളെ കൂട്ടുകയും ചെയ്തുകൊണ്ട് ഒരു പുത്തൻ സമുദ്രശക്തി യാകാനുള്ള നീക്കം ചൈന എപ്പോഴേ തുടങ്ങിക്കഴിഞ്ഞു. ഇന്ത്യ യുടെ പിന്നാമ്പുറമായ ദ്വീപുരാഷ്ട്രത്തിന്റെ വികസനപ്രവർത്തന ങ്ങളിൽ മാത്രമല്ല, മേഖലയിലാകമാനം മേൽക്കൈ ഉണ്ടായിരുന്നു ഇന്ത്യക്ക്. 1988 ലെ 'ഓപ്പറേഷൻ കാക്റ്റസ്' ഇത് അരക്കിട്ടുറപ്പി ച്ചു. തലസ്ഥാനമായ മാലെയിൽ തലയെടുപ്പോടെ നിൽക്കുന്ന ഐ. ജി. എം. എച്ച് - ഇന്ദിരാഗാന്ധി മെമ്മോറിയൽ ഹോസ്പ്പിറ്റൽ - ഇന്ത്യയുടെ സംഭാവനയാണ്. വ്യാപാരാവശ്യങ്ങൾക്കായി നൂറു മില്യൺ ഡോളറും വീട് നിർമിക്കുന്നതിനായി നാല്പതു മില്യൺ ഡോളറും ഇന്ത്യ മാലദ്വീപിന് വായ്പയായി നൽകിയി ട്ടുണ്ട്. ഇന്ത്യയിൽ നിന്നെത്തുന്ന പഴങ്ങൾ, പച്ചക്കറികൾ, അരി, സുഗന്ധദ്രവ്യങ്ങൾ, മുട്ട, ധാന്യപ്പൊടി, ജീവൻ രക്ഷാമരുന്നുകൾ തുടങ്ങിയവ ദ്വീപു ജീവിതത്തിന് അത്യന്താപേക്ഷിതമാണ്. കോടി ക്കണക്കിന് രൂപയുടെ കച്ചവടമാണ് വർഷം തോറും നടക്കുന്നത്. ഇതൊക്കെ മറന്നുകൊണ്ടാണ് ഇന്ത്യക്കെതിരെ മാലദ്വീപ് ചൈ നാകാർഡ് ഇറക്കിക്കളിക്കുന്നതെന്ന് ചില നിരീക്ഷകർ അഭി പ്രായപ്പെടുന്നു. മാലെയിലെ അന്താരാഷ്ട്രവിമാനത്താവള വിക

സനത്തിൽ സഹകരിച്ചുകൊണ്ടിരുന്ന ഇന്ത്യൻ കമ്പനി ജി. എം. ആറിന്റെ കരാർ 2012ൽ തിടുക്കത്തിൽ അവസാനിപ്പിച്ച് 'ബീജിംഗ് അർബൻ കൺസ്ട്രക്ഷൻ കമ്പനി'ക്ക് കൊടുത്തത് മാലദ്വീപിന്റെ ചൈനീസ് പ്രണയത്തിന് പ്രത്യക്ഷോദാഹരണമാണ്. ചൈനീസ് പ്രസിഡണ്ട് സീ ജിൻ പിങ്ങിന്റെ മാലദ്വീപ് സന്ദർശനത്തിന് തൊട്ടു പിന്നാലെയായിരുന്നു ഈ നടപടി. 2015 ൽ 'മാലദ്വീപ് ഇൻവെസ്റ്റ്മെന്റ് ഫോറം'എന്ന പേരിൽ ചൈനയിൽ നടന്ന പരിപാടിയിൽ ഭൗതിക സാഹചര്യങ്ങൾ മെച്ചപ്പെടുത്തൽ, വീട് നിർമ്മാണം, വിദ്യാഭ്യാസം, ആരോഗ്യവും സുരക്ഷിതത്വവും തുടങ്ങിയ മേഖലകളിൽ നിക്ഷേപം നടത്താൻ ചൈന തീരുമാനിക്കുകയുണ്ടായി. മാലദ്വീപിനെ മാത്രമല്ല, ഇന്ത്യൻ മഹാസമുദ്രത്തിലെ മറ്റു രാജ്യങ്ങളെയും തങ്ങളുടെ വരുതിയിലാക്കാനുള്ള ശ്രമങ്ങൾ ചൈനതുടങ്ങിക്കഴിഞ്ഞു. ചൈനയുടെ കടൽ കാവൽകേന്ദ്രങ്ങൾ ശ്രീലങ്കയിലെ ഹമ്പൻ ടോട്ടയിലും, പാകിസ്ഥാനിലെ ഗ്വാദറിലും, മ്യാൻമറിലെ ചിറ്റഗോങ്ങിലും, സീഷെൽസിലും തുടങ്ങിക്കഴിഞ്ഞു. തലസ്ഥാനമായ മാലെയെയും, മാലദ്വീപിലെ അന്താരാഷ്ട്ര വിമാനത്താവളം സ്ഥിതി ചെയ്യുന്ന ഹുളുമാലെയും ബന്ധിപ്പിച്ചുകൊണ്ട് ഒരു പാലം നിർമ്മിക്കാനുള്ള ധാരണയിൽ മാലദ്വീപും, ചൈനയും ഒപ്പു വെച്ചു കഴിഞ്ഞു. 'ചൈന- മാലദ്വീപ് സൗഹൃദ പാലം' എന്നാണ് നൂറ്റി ഇരുപത്തിയാറ് മില്ല്യൺ ഡോളർ വിലമതിക്കുന്ന ഈ പാലത്തിന് പേരിട്ടിരിക്കുന്നത്.

ചൈനയിലെ ഫുജി പ്രവിശ്യയിൽ നിന്ന് ആരംഭിച്ച്, മലാക്കാ കടലിടുക്ക് കടന്ന്, ഇന്ത്യൻ മഹാസമുദ്രത്തിൽ ഇന്ത്യയും, ശ്രീലങ്കയും, മാലദ്വീപും കടന്ന് കെനിയയിലെ നെയ്റോബിയിലൂടെ, സൂയസ് കനാലിൽ കൂടി മെഡിറ്ററേനിയൻ കടലിലെത്തി, വെനീസിൽ അവസാനിക്കുന്നതാണ് ചൈനയുടെ പുതിയ സിൽക്ക് റൂട്ട്. ഇന്ത്യൻ മഹാസമുദ്രം എപ്പോഴും സമാധാന മേഖലയായിരിക്കണം എന്ന 1971 ൽ പാസ്സാക്കിയ UNGA പ്രമേയത്തിന് എതിരാണ് ഇന്ത്യൻ മഹാസമുദ്രത്തെ സൈനികവൽക്കരിക്കുന്നത്.

ചൈനയുടെ 'ചെക്ക് ബുക്ക് നയതന്ത്രം' ദരിദ്ര ആഫ്രിക്കൻ രാഷ്ട്രങ്ങളിൽ അവർ പയറ്റിയിട്ടുണ്ട്. മാലദ്വീപിനാണെങ്കിൽ വെറുതെ കയ്യും കെട്ടി ഇരുന്നാൽ മാത്രം മതി. ഇന്ത്യയും ചൈനയും തമ്മിലുള്ള മത്സരത്തിൽ നിന്നും അവർക്ക് സാമ്പത്തികമായി നേട്ടങ്ങൾ കൊയ്യാം. ചൈനീസ് വ്യാളി മാലദ്വീപിനെ വിഴുങ്ങുമോ? കാത്തിരുന്നു കാണാം.

മാലദ്വീപ് ഇന്ന്

മാലദ്വീപിലെ ജനാധിപത്യം വെറും പ്രതീതി മാത്രമാണ്. രാഷ്ട്രീയ പാർട്ടികളും മത്സരവും തിരഞ്ഞെടുപ്പുമൊക്കെ വെറും കെട്ടു കാഴ്ചകൾ മാത്രം. ഭൂരിപക്ഷത്തിന്റെ അധികാര വ്യവസ്ഥിതി ഊട്ടിയുറപ്പിക്കപ്പെടുന്നു. അധികാരത്തിലെത്തുന്നവർ ജനാധിപത്യത്തെ ശ്വാസം മുട്ടിച്ചു കൊല്ലുന്നു. അഴിമതിയും സ്വജന പക്ഷപാതവും കൃത്യമായി വ്യവസ്ഥിതിയിൽ ഉൾച്ചേർന്നിരിക്കുന്ന മറ്റൊരു രാജ്യത്തെകണ്ടെത്തുക പ്രയാസം. പുറമേ കാണുന്നതല്ല അവിടുത്തെ യാഥാർത്ഥ്യം. പ്രതിഷേധങ്ങൾ ചിതറിപ്പോകുന്ന ആൾക്കൂട്ടങ്ങളായി അവസാനിക്കുന്നു.

മൗമൂൺ അബ്ദുൾ ഖയൂമിന്റെ അർദ്ധ സഹോദരൻ (half-brother) അബ്ദുള്ള യാമിൻ ആണ് ഇപ്പോഴത്തെ മാലദ്വീപ് പ്രസിഡണ്ട്. ജനാധിപത്യത്തിന്റെ കാവലാളായിരുന്ന മുഹമ്മദ് നഷീദ് കൊണ്ടു വന്ന പല ഭരണപരിഷ്ക്കാരങ്ങളും യാമീൻ അട്ടിമറിച്ചു. വധശിക്ഷയെപ്പോലും തിരികെ കൊണ്ടു വന്നു. സമഗ്രാധിപത്യ ഭരണശൈലി ഇബ്രാഹിം നാസിറിലൂടെ മൗമൂണിലെത്തി, മുഹമ്മദ് നഷീദ് ഒഴികെ, ഖയൂമിന്റെ അർദ്ധസഹോദരൻ അബ്ദുള്ള യാമീൻ ആന്തരീകരിച്ചിരിക്കുന്നു.

നിയമ വ്യവസ്ഥ ഭരണകർത്താക്കൾക്ക് അനുകൂലമാണ്. കോടതിയിലെ ജഡ്ജിമാർ വ്യവസ്ഥിതിയുടെ വക്താക്കളാണ്. മുഹമ്മദ് നഷീദിന് പ്രസിഡണ്ട് പദവി നഷ്ടമായത് അഴിമതിക്കാരനായ ഒരു ജഡ്ജിയെ അറസ്റ്റു ചെയ്തത് മൂലമാണ്. ഇബ്രാഹിം നാസിറിനും, മൗമൂൺ അബ്ദുൾ ഖയൂമിനും സിംഗപ്പൂരിൽ രഹസ്യ നിക്ഷേപമുണ്ടായിരുന്നതായി ആരോപണമുണ്ടായിരുന്നല്ലോ. ഇപ്പോഴത്തെ പ്രസിഡണ്ടിനും വൈസ് പ്രസിഡണ്ടിനുമെതിരെ നിരവധി ആരോപണങ്ങൾ വന്നു കഴിഞ്ഞു. പാർലമെന്റ് അംഗങ്ങൾക്കും വക്കീലന്മാർക്കും ജഡ്ജിമാർക്കുമൊക്കെ കൈക്കൂലി കൊടുത്താണ് ഭരണത്തിൽ തുടരുന്നതെന്ന ആരോപണം വരെ

യുണ്ട്. നാലു വർഷം ഭരിച്ചിട്ടും സുസ്ഥിരമായ ജനാധിപത്യത്തിന് വേണ്ടിയുള്ള തീവ്രശ്രമങ്ങൾ നടത്തിയില്ല എന്ന ആരോപണം മുഹമ്മദ് നഷീദിനെതിരായും സജീവമാണ്. അധികാരത്തിലെത്തിയ ശേഷം ദീർഘവീക്ഷണത്തോടെയുള്ള സാമൂഹിക പരിഷ്ക്കാരങ്ങൾക്ക് നഷീദ് തുടക്കമിട്ടില്ല. ഏകാധിപത്യത്തോട് പോരാടുകയും ജനാധിപത്യാവകാശങ്ങൾക്കു വേണ്ടി ശബ്ദമുയർത്തുകയും ചെയ്തതിന് 20 വർഷം ജയിൽവാസം അനുഭവിച്ച മാലദ്വീപിലെ മണ്ഡേലക്കല്ലാതെ ആർക്കാണ് ദ്വീപസമൂഹത്തിൽ ആഴത്തിൽ വേരോടിയ പ്രശ്നങ്ങൾ മനസ്സിലാക്കാനാവുക? അഭിപ്രായ സ്വാതന്ത്ര്യം, പത്ര സ്വാതന്ത്ര്യം, സംഘം ചേരാനുള്ള സ്വാതന്ത്ര്യം തുടങ്ങിയ അടിസ്ഥാനപരമായ ജനാധിപത്യ അവകാശങ്ങൾ ഇന്നുംദ്വീപിൽ വിലക്കപ്പെട്ടിരിക്കുന്നു. ഇപ്പോഴത്തെ പ്രസിഡണ്ട് അബ്ദുള്ള യാമിൻ ഉൾപ്പെടുന്ന 'പ്രോഗ്രസ്സീവ് പാർട്ടി' ഒരു വശത്തും എല്ലാ പ്രതിപക്ഷവും ഒരുമിച്ച് 'മാലദ്വീപ് യുണൈറ്റഡ് ഒപ്പോസിഷൻ' മറുവശത്തുമാണിപ്പോൾ. യാമീന്റെ വൈസ് പ്രസിഡണ്ടായിരുന്ന അഹമ്മദ് അദീബുമായുള്ള ചങ്ങാത്തം നഷീദിനെതിരായുള്ള മുഖ്യ ആരോപണമാണ്. ഇരയാക്കപ്പെട്ടവനെന്ന് അദീബിനെ നഷീദ് വിശേഷിപ്പിക്കുമ്പോൾ അഴിമതിയുടെ ആൾരൂപമായാണ് പലരും അദീബിനെ കാണുന്നത്. മൗമൂൺ അബ്ദുൾ ഖയൂം തന്നെയാണ് തിരശ്ശീലക്ക് പിന്നിൽ മറഞ്ഞിരുന്ന് പല കളികളും കളിക്കുന്നതത്രേ. മുഹമ്മദ് നഷീദിനോട് ഖയൂം ഒരു വലിയ തുക ആവശ്യപ്പെട്ടുവെന്ന വാർത്ത പോലും സമീപകാലത്ത് പ്രചരിക്കുകയുണ്ടായി.

പാശ്ചാത്യർക്ക് മാലദ്വീപ് ഉല്ലാസത്തിനുള്ള ഇടമാണ്. ആൾപ്പാർപ്പില്ലാത്ത ദ്വീപുകളിലെ വിനോദ കേന്ദ്രങ്ങളിൽ, സാധാരണക്കാരനോട് ഇടപെടാതെ, ആ രാജ്യത്ത് നടക്കുന്നതൊന്നും കാണുകയോ, കേൾക്കുകയോ ചെയ്യാതെ, കുത്തിമറിയാനുള്ള ഇടം. അറ്റോളുകളിലെ ദാരിദ്ര്യവും, ഇല്ലായ്മയും പുറത്തെത്താത്ത പരസ്യ പുറംപൂച്ചിന്റെ നാട്. സമഗ്രമായ ജനാധിപത്യപരിഷ്ക്കാരങ്ങളാണ് ദ്വീപിൽ അനിവാര്യമായിട്ടുള്ളത്. അന്താരാഷ്ട്ര സമൂഹത്തിന്റെ ജാഗ്രതയോടെയുള്ള ഇടപെടലുകൾക്ക് ദ്വീപ് ഭരണാധികാരികൾ എതിർ നിൽക്കുന്നുവെന്നതിന്റെ സൂചനയാണ് 2016ലെ മാലദ്വീപിന്റെ കോമൺവെൽത്തിൽ നിന്നുള്ള പിന്മാറ്റം. തങ്ങളുടെ നിഷ്ക്കളങ്കതയെ ചൂഷണം ചെയ്യാൻ ദ്വീപുജനത ഭരണാധികാരികളെ അനുവദിക്കാതിരിക്കുകയാണ് മുഖ്യമായും ചെയ്യേണ്ടത്. അല്ലെങ്കിൽ ജനാധിപത്യത്തിന്റെ മരുപ്പറമ്പായി, ഒരു കാലത്തെറ്റുപോലെ, ഇരുപത്തൊന്നാം നൂറ്റാണ്ടിലും മാലദ്വീപ് അവശേഷിക്കും.

BOOKS ON MALDIVES

1. *Tha Maldive Islands : Monograph on the History, Archaeology and Epigraphy* __ H. C. P Bell.
2. *The Maldive Mystery*
   Thor Heyerdahl
3. *Travels in Asia and Africa*
   Ibn Battuta.
4. *The Story of Mohamed Thakurufan*
   Hussain Salahudden.
5. *People of the Maldive Islands*
   Dr. Clarence Maloney.
6. *A Man for All Islands*
   Royston Ellis.
7. *Male Capital of the Maldives*
   Adrian Neville.
8. *The Maldives -Home of the Children of the Sea-*
   Ismail Abdullah.
9. *The Strode Venturer* (Novel)
   Hammond Innes
10. *Mysticism in the Maldives*
    Novelty Press.
11. *A Hero inTime*
    Royston Ellis
12. *Maldives : A Nation of Islands*
    (Department of Tourism, 1983)
13. *Journey Through Maldives*
    Mohamed Amin, Duncan Willets, PeterMarshall.
14. *The Maldives: Islamic Republic, Tropical Autocracy*
    JJ Robinson.
15. *Lonely Planet Travel Guide Book*
    James Lyon

■ ■

www.ingramcontent.com/pod-product-compliance
Lightning Source LLC
LaVergne TN
LVHW040747051026
849519LV00007BA/2470
* 9 7 8 9 3 8 5 8 9 9 9 0 4 *